Người Thầy Vĩ Đại - Great Guru

Cuốn tiểu thuyết truyền động lực tự phát triển
bản thân và cộng đồng sâu sắc bậc nhất

Kiều Bích Hậu

Ukiyoto Publishing

All global publishing rights are held by

Ukiyoto Publishing

Published in 2023

Content Copyright © Kieu Bich Hau

ISBN 9789360498443

*All rights reserved.
No part of this publication may be reproduced, transmitted, or stored in a retrieval system, in any form by any means, electronic, mechanical, photocopying, recording or otherwise, without the prior permission of the publisher.*

The moral rights of the author have been asserted.

This book is sold subject to the condition that it shall not by way of trade or otherwise, be lent, resold, hired out or otherwise circulated, without the publisher's prior consent, in any form of binding or cover other than that in which it is published.

www.ukiyoto.com

For Doctor Phan Quoc Viet with my great gratitude

Contents

Phần I Ngôi trường trong học viện — 1

Đi trên mảnh chai	2
Chọc cười doanh nhân	7
Vượt khuôn khổ	13
Một người thầy, một hướng đi	20
Co tất ắt co tai	25
Người tung bóng giỏi nhất	32
Cuộc dịch chuyển thân ky	38
Binh – tiếng thét xe đêm	46
Từ kẻ chuyên gây thương tích thành người có ích	50
Thử thách của trời	55
Không tiến thì biến	59

Phần II Sức hút của hào quang — 66

Có gì mới mỗi ngày?	67
Lực hấp dẫn	73
Người ngoài hành tinh	78
Đóng gói xuất khẩu toàn cầu	82
Làm phim đời mình	86
Về với thiên nhiên	93

Phần III Mật ngọt và độc dược — 101

Trẻ đặc biệt	102
Cuộc họp phụ huynh nảy lửa	115
Ra đi là để trở về	121
Sức mạnh của tình thương	125
Những ngôi sao lạ	134
"Chó sói gửi chân"	139
Khói và cuộc di dời lặng lẽ	143

Phần IV Những bước tiến mới — 151

Nơi ta tỏa sáng	152
Bác sĩ ben	158
Dịch chuyển	163
Lòng trắc ẩn	167
Lựa chọn của thiên thần	174
Giải mã VIP	186
Bão lớn	190

Phần V Đại dịch chuyển   **198**

Một quyết định đột ngột	199
Jimmy trở về	205
Đại dịch chuyển	211
Người vợ quỷ ám	228
Từ chuyện thành truyện	241
Cú đánh úp của số phận	245
Thiền viện Hoa Xuyến Chi	249
About the Author	253

Phần I Ngôi trường trong học viện

Đi trên mảnh chai

Choang!

Tiếng vỡ của hai chai thủy tinh đập mạnh vào nhau chát chúa, tiếng mảnh chai sắc cạnh rơi trên nền đá lát sàn khiến gần ngàn người trong hội trường rùng mình. Thầy Tuệ Tâm nghiêng tai lắng nghe rung động cảm xúc truyền trong không gian sau tiếng động mà thầy vừa gây ra. Trong lúc đó, Trung, trợ lý của thầy, một chàng trai dáng cao gầy nhưng nhanh lẹ như một chú mèo, đã thình lình xuất hiện, lăng mạnh một bao bố xuống sàn, gần đám mảnh chai vỡ trước mặt thầy Tuệ Tâm, thêm vào không gian những tiếng lạo xạo va chạm sắc cạnh rợn người trong bao.

Tay thoăn thoắt mở miệng bao bố, Trung tốc ngược bao, một dòng mảnh chai vỡ tuôn trào xuống mặt sàn, cùng lúc đó, tiếng xì xào của đám đông học viên trong hội trường vang lên, mỗi lúc một lớn. Đám học viên ngồi phía cuối nhốn nháo đứng cả dậy. Có lẽ họ sắp được chứng kiến một màn ra trò. Những gì nguy hiểm vốn rất hấp dẫn với con người, dù ta có sợ đến rúm ró châu thân.

Dùng một thước gỗ dài, Trung khéo léo gạt gọn, rồi dàn đám mảnh chai vỡ lại thành một hình chữ nhật dài chừng hai mét. Thầy Tuệ Tâm hít một hơi thật sâu, rồi vẫy một nam học viên dáng ục ịch, có cái bụng mỡ lồi lên dưới lớp áo sơ-mi chật chội ngồi ngay hàng đầu, bước lên đứng cạnh thầy.

- Anh cởi giày ra! - Thầy Tuệ Tâm ra lệnh. Giọng thầy trầm khàn đầy uy lực.

Phía dưới đám đông học viên xôn xao lo lắng. Nam học viên bụng mỡ càng lo lắng hơn. Anh ta cúi xuống định cởi giày, nhưng rồi lại ngẩng đầu lên ngần ngại hỏi:

- Thưa thầy, để làm gì ạ?
- Anh cứ làm đi! - Thầy Tuệ Tâm hạ giọng, đôi mắt nhỏ tinh quái nhìn chòng chọc vào cái bụng mỡ của nam học viên bị gò ép lại tội nghiệp khi anh ta cúi xuống cởi giày.
- Cởi cả tất ra. - Thầy nói tiếp, giọng đe dọa.

Nam học viên bụng mỡ hơi loạng choạng khi giơ chân lên tút chiếc bít tất ra khỏi bàn chân phải. Dường như cả hội trường nghe tiếng tim anh ta loạn nhịp. Anh ta hốt hoảng nhìn đám mảnh chai vỡ lỉa chỉa lên những rìa sắc cạnh rồi lại lấm lét nhìn thầy Tuệ Tâm.

- Anh sẵn sàng chưa? - Thầy Tuệ Tâm hỏi lớn.
- Dạ chưa... Ý thầy là sao ạ? - Nam học viên lúng túng.
- Hãy nghĩ rằng anh sẽ đi lên lớp mảnh chai vỡ này một cách an toàn.
- Thưa thầy, em không làm được đâu ạ.
- Tại sao anh không làm được?
- Em sợ mảnh chai đâm chảy máu.
- Như vậy, anh đã để nỗi sợ ngăn cản mình - Thầy Tuệ Tâm nhìn một lượt tới cuối hội trường – Anh chưa thể biết chắc kết quả là liệu anh có bị đứt chân chảy máu không, vì anh chưa đi trên mảnh chai. Nhưng nỗi sợ đã làm anh chùn bước. Bây giờ tôi yêu cầu lại với

anh, anh hãy bước lên mảnh chai đi, và tin rằng mình không sao cả.

- Em xin thầy, đừng bắt em làm thế. – Nam sinh bụng mỡ van vỉ - Chắc chắn em sẽ bị đứt nát chân.
- Như vậy, anh sẽ vĩnh viễn không dấn thân hành động, vì nỗi sợ của mình. Anh tự triệt tiêu năng lực trời cho của mình và xếp mình vào nhóm người thất bại vì để cho nỗi sợ kiểm soát. Trên đời sợ nhất là nỗi sợ. - Thầy Tuệ Tâm nhấn mạnh, rồi thầy nói tiếp, cố tình kéo dài giọng – Còn tôi, ***tôi tin là mình bước đi trên mảnh chai an toàn.***

Thầy Tuệ Tâm cúi xuống, nhanh chóng cởi giày, tất. Hội trường lặng đi, như nín thở. Thầy Tâm giơ một chân về phía nam học viên đứng cạnh.

- Anh chạm vào chân tôi xem.

Nam học viên một tay giữ cổ chân thầy, một tay miết dọc gan bàn chân thầy, rồi buông ra.

- Anh thấy gan bàn chân tôi thế nào?
- Dạ, da thầy hơi cứng và khô hơn da em ạ.
- Cảm ơn nhận xét thẳng thắn của anh. Dẫu gì, tôi cũng hơn anh bốn chục tuổi.

Thầy đứng trước đám mảnh chai, nhắm mắt, hai tay dang ra. Hội trường lặng phắc đến độ nghe rõ tiếng hệ thống máy lạnh rì rầm âm thầm. Thầy Tâm đặt nhẹ chân phải lên đám thủy tinh sắc cạnh, nhưng chưa nhấn trọng lượng thân mình. Có giọng nữ thốt kêu khe khẽ sợ hãi, có người quay mặt đi không dám nhìn. Thầy Tâm bước hẳn lên đám mảnh chai, nghe rõ tiếng lạo xạo ghê răng. Thầy bước đi điềm tĩnh. Nam sinh bụng mỡ trố mắt nhìn xuống gan bàn chân thầy mỗi khi thầy nhấc một chân lên. Anh ta thậm chí thấy cả mảnh nhỏ thủy tinh đã cắm dính vào da thịt. Toàn bộ tâm trí học viên trong hội trường hút vào từng bước chân của thầy Tuệ Tâm đi trên mảnh chai. Họ cảm thấy từng mảnh vỡ sắc nhọn như đang cắt cứa vào da thịt chính mình. Không khí căng thẳng quá mức.

Không rõ bao nhiêu giây đồng hồ đã trôi qua khi thầy đi trên đám mảnh chai dài gần hai mét đó. Chỉ biết là thầy đi rất chậm, như cố tình tra tấn tinh thần ngàn học viên trong hội trường bằng những tiếng mảnh vỡ thủy tinh lạo xạo va nhau dưới bàn chân thầy. Cuối cùng thì thầy cũng bước ra khỏi đám mảnh chai đó, cúi xuống dùng tay phủi những mảnh thủy tinh nhỏ dính lại trên gan bàn chân và giơ từng chân lên cho tất cả học viên xem.

Tiếng 'Ồ' lan dài trong hội trường. Đôi bàn chân thầy không hề bị thương tổn, không giọt máu nào loang ra.

Nhiều cái lắc đầu. Không hiểu sao thầy liều đến thế. Thầy hẳn có kỹ năng thần kỳ nào đó để đi trên mảnh chai mà không bị cứa đứt chân.

Trung nhanh chóng xuất hiện trở lại với cây chổi đót và cái hót rác nhựa đỏ, vun lại đám mảnh chai vào bao bố. Thầy Tâm ngồi xuống ghế, xỏ tất, đi giày trở lại, chỉ tay ra hiệu cho nam sinh béo bụng trở lại chỗ ngồi hàng đầu, rồi thầy bảo:

- Anh đã dũng cảm ngồi hàng đầu. Tôi luôn tin vào những người ngồi hàng đầu. Tuy nhiên, bữa nay anh đã để mất niềm tin vào chính mình. Đi trên mảnh chai không cần điều thần kỳ gì cả, chỉ cần niềm tin là mình đi được. Khi anh thực sự tin vào một điều gì đó và dũng cảm dấn thân thực hiện, thì cả vũ trụ sẽ tạo nên sức mạnh phi thường, giúp anh làm được điều đó.

Cả hội trường vỗ tay vang dội.

Thầy Tâm nói tiếp:

- Tất cả chúng ta trong hội trường này, đều được tự nhiên trao cho một quyền lợi công bằng, đó là năng lực tuyệt đỉnh để thực hiện được bất cứ điều gì ta mong muốn. Tuy nhiên, để sử dụng được năng lực mà tự nhiên hào phóng trao cho chúng ta, thì lại cần một bí quyết. Bí quyết này tôi sẽ trao cho các anh chị ngay trong buổi học hôm nay. Và nó sẽ giúp các anh chị vượt qua 99,9 phần trăm những người ngoài kia để đạt thành công cao nhất trong lĩnh vực hoạt động của anh chị, và trong bất cứ cuộc đua nào.

Bí quyết đó là "HÃY TỰ TRAO CHO MÌNH MỘT NIỀM TIN TUYỆT ĐỐI".

Chọc cười doanh nhân

Các học viên trong lớp đào tạo Kỹ năng lãnh đạo hôm nay do thầy Tuệ Tâm đứng lớp đều là các chủ tịch, tổng giám đốc, giám đốc điều hành các Tập đoàn, tổng công ty, doanh nghiệp lớn trong cả nước. Lớp học tổ chức trong khán phòng khách sạn Hilton, một khách sạn năm sao ngay trung tâm Thủ đô Hà Nội. Tất cả họ chừng năm chục người, ở các lứa tuổi khác nhau, nhưng đều mặc vest sậm màu sang trọng, và có một điểm chung nữa ở thần thái, đó là trên gương mặt họ, dù béo, gầy, phẳng phiu hay nhiều nếp nhăn, dù da bóng hay khô, thì đều phảng phất nét bất an trong ánh nhìn, hoặc nụ cười xã giao gượng gạo. Chính điều đó đã thúc đẩy họ tới lớp đào tạo này. Nghe nói thầy Tuệ Tâm là sư tổ nghề kỹ năng mềm ở Việt Nam, lại đặc biệt xuất sắc trong đào tạo các lãnh đạo cấp cao, họ mong muốn diện kiến thầy một lần, và để thầy giúp họ loại bỏ bóng ma bất an đeo đẳng họ bao lâu nay. Dường như căn bệnh chung của những doanh nhân này khi lao vào thương trường, đó là phải làm liều mới được nhiều, nên cảm giác của họ vẫn như đang đi trên lớp băng mỏng trên mặt sông.

Có những nữ chủ tịch đeo nhẫn kim cương, hoặc nguyên một bộ trang sức hồng ngọc lấp lánh hào quang xa xỉ. Có những vị nam tổng giám đốc xài cặp, bút, kính LV đỉnh cao hàng hiệu, có học viên đã cố giấu đi chiếc đồng hồ Thụy Sĩ nạm kim cương có giá bằng nửa căn hộ dưới ống tay áo vest nhưng đôi lúc bất an lại vén tay áo lên xem giờ, hoặc là xem chiếc đồng hồ có còn ở đó không. Cả đến chiếc đèn chùm pha lê Swarovsky trong vắt như những hạt mưa đọng giữa không trung một sớm mai tinh khôi cũng phát ghen với sự sang trọng trong cách phục sức của đám học viên bên dưới.

Thầy Tuệ Tâm nổi bật giữa họ trong bộ đồ bà ba đũi trắng thoải mái và như phớt lờ mọi quy tắc ăn mặc hay thói phân định đẳng cấp bệnh hoạn của những kẻ chẳng có gì ngoài tiền. Thầy thậm chí còn kê mông nửa đứng nửa ngồi trên cái bàn dành cho mình, có đặt một lọ pha lê cắm những bông hồng Bulgaria đỏ thắm. Ở đầu bàn bên kia, Trung, trợ lý của thầy đang ngồi kéo chuột máy tính xem một slide nào đó trên màn hình. Anh cũng mặc sơ-mi đũi trắng và quần kaki màu thân chuối.

Lướt qua một lượt những bộ mặt khó nhằn và giả quan giả cách bên dưới một lượt, thầy quyết định chọc cho họ cười ngả nghiêng bằng những câu chuyện tiếu lâm nơi quán nhậu.

Sau một hồi cười chảy nước mắt, một vị doanh nhân chừng cao tuổi nhất lớp, mái tóc muối tiêu, bỗng nhiên giơ tay, và với vẻ mặt của người đã nắm rõ kịch bản của thầy Tuệ Tâm, ông ta dặng hắng hỏi:

- Thưa thầy Tuệ Tâm. Sau màn chào hỏi bằng trận cười tiếu lâm kiểu Bút Tre này, thầy có định rửa mắt cho chúng tôi bằng một câu chuyện thương tâm hay không? Nếu thầy định làm thế, thì xin thầy xén bớt đi cho, vì thời gian của chúng tôi rất quý. Thời gian là vàng, không, nói vậy thì đúng với dân thường thôi. Còn với những doanh nhân chúng tôi, thời gian quý hơn vàng. Vàng có thể làm ra được, nhưng thời gian thì không làm ra được. Xin thầy đi ngay vào trọng tâm bài giảng.

- Tôi không định khiến các anh rơi lệ, thứ mà các anh đã đánh rơi rất nhiều trên thương trường. Thứ mà doanh nhân Việt Nam thiếu nhất là tiếng cười, tiếng cười chiến thắng, tiếng cười trên thất bại, tiếng cười chính mình. Cười là một hành vi thoát tục, thiêng liêng, là thiền, là trở về với chính mình. Điều mà doanh nhân các anh có thể cho phép mình tu luyện và thưởng thức, đó là thực hành yoga cười mỗi sáng mai thức dậy, mỗi tối trước khi lên giường.

- Vâng, chúng tôi ghi nhận việc thực hành yoga cười hai lần mỗi ngày - Vị doanh nhân tóc muối tiêu đáp lời - Thế còn kỹ năng lãnh đạo, thưa thầy? Hãy cho chúng tôi những bài học để chúng tôi lãnh đạo tốt hơn, đạt hiệu quả kinh doanh cao hơn.

- Điều gì khiến chính anh chưa hài lòng với năng lực lãnh đạo của mình? - Thầy Tuệ Tâm trả lời bằng một câu hỏi.

- Tôi thấy mình vẫn chưa đủ uy lực đối với cán bộ nhân viên trong doanh nghiệp. – Không tỏ ra lúng túng, vị doanh nhân nói ngay.

- Hãy cụ thể hơn nữa - Thầy Tuệ Tâm tiếp tục hỏi.

- Ví dụ có tôi thì họ giả vờ làm việc, không có mặt tôi ở đó thì họ túm tụm ăn quà, hoặc chuyện trò tào lao. Họ đi muộn, về sớm, tranh thủ nói xấu sếp, thó trộm văn phòng phẩm,... Tôi không thể nào chịu đựng họ được. Tôi đã đe dọa sa thải, đã sa thải một số người và tuyển người mới, nhưng vào làm việc được một thời gian, thì đâu lại đóng đấy, họ lại mắc lỗi giống như những người cũ từng bị sa thải.

- Vậy thì, người đầu tiên cần sa thải là ai, anh biết không?
- Thầy nói gì, tôi không hiểu. Tôi cần sa thải ai?
- Chính anh!

Vị doanh nhân tóc muối tiêu đớ người ra. Ông ta bặm môi một giây, dường như cố tiêu hóa câu trả lời của thầy Tuệ Tâm, hoặc đang cố hiểu nghĩa sâu xa đằng sau hai chữ vừa thốt ra từ miệng thầy.

Lúc bấy giờ, từ một cú click chuột của Trung, trên tấm màn chiếu sau lưng thầy Tuệ Tâm hiện lên dòng chữ màu cam đậm "**Lãnh đạo tốt nhất là lãnh đạo chính mình**".

Quay lại nhìn chằm chằm vị doanh nhân tóc muối tiêu, thầy Tuệ Tâm hỏi:

- Anh có thói quen nào đó, biết là có hại cho sức khỏe, mà anh vẫn không thay đổi không?
- À, gì nhỉ? - Vị doanh nhân tóc muối tiêu gãi tai – Hút xì gà. Tôi nghiện xì gà, bác sĩ bảo bỏ hẳn vì tôi bị viêm họng, viêm amidan mãn tính. Nhưng nếu mỗi ngày không bắt đầu bằng điếu xì gà, thì cả ngày hôm đó tôi không làm gì được. Mỗi khi bị stress, chỉ cần vài hơi xì gà, là tôi nhẹ nhõm đi. Tôi nghĩ xì gà cũng có mặt tốt của nó đối với tôi.

- Anh đang tự đặt điều kiện cho chính mình - để làm việc tốt hơn, tôi phải được hút xì gà; để giải tỏa stress, tôi phải được hút xì gà cơ, cứ phải hút xì gà mỗi ngày cơ. Chả trách nhân viên của anh cũng ra điều kiện, phải được đi muộn về sớm thì tôi mới an tâm làm việc, phải được túm tụm ăn quà vặt và nói xấu Sếp trong giờ làm việc thì tôi mới thư giãn được và có hứng khởi làm tốt công việc…

Vị doanh nhân tóc muối tiêu cắn môi im lặng, nhưng rồi gật nhẹ đầu.

- Ở văn phòng làm việc, có khi nào anh định làm việc A, nhưng sau đó lại làm việc B, và điều này cứ lặp đi lặp lại? - Thầy Tuệ Tâm hỏi tiếp.
- Để tôi xem nào. Tôi định đầu mỗi buổi sáng, sẽ giao việc cho cán bộ chủ chốt qua email. Nhưng thường là, thay vì soạn ra các đầu việc, tôi lại vào mạng xem tin tức trước, cũng mất khá thời gian. Tôi cũng định bỏ dùng Facebook cho đỡ tốn thời gian, nhưng chưa làm được.
- Lãnh đạo là tạo gương. Trở thành một hình mẫu trong công việc có hấp dẫn anh không? Hãy tưởng tượng ra một hình mẫu trong doanh nghiệp của anh, một tấm gương, một kiểu người mà bất cứ ai nhìn vào cũng mơ ước. Xây dựng một nhân hiệu cho chính mình trong nội bộ doanh nghiệp. Khi nào soi gương, anh thấy yêu, khâm phục chính mình, tự hào về mình trong mọi nhẽ, lúc đó, anh sẽ không còn cả cảm giác bực bội về nhân viên của mình nữa. Cái chết của người Việt Nam ta nói chung, chứ không riêng gì các vị đang có

trách nhiệm lãnh đạo, dẫn dắt một cộng đồng nào đó, là luôn bình luận người khác, trong khi quên bình luận chính mình!

Trung trợ lý click chuột, trên màn chiếu hiện lên dòng chữ "LÃNH ĐẠO TẠO GƯƠNG".

Lớp học chợt náo nhiệt hơn hẳn, các vị doanh nhân người ghi chép, người trao đổi với nhau như vừa vỡ ra được một điều đơn giản đến bất ngờ. Ai dường như cũng biết rồi, nhưng chẳng ai thực hiện.

Kiều Bích Hậu

Vượt khuôn khổ

Nữ phóng viên Bạch Cúc ngần ngại dừng lại trước cánh cửa gỗ nâu sậm đóng kín. Ngay trước lối vào ngoài cửa là những đôi giày da, giày thể thao để lộn xộn chen chúc và một đôi giày cao gót màu da lạc đà của phụ nữ được xếp nép vào phía bên trái cửa. Chắc hẳn có một cuộc họp đang diễn ra bên trong. Một giáo viên vừa chỉ cho Bạch Cúc đi về phía phòng này, ở cuối dãy hành lang tầng 4 khu học viện, là phòng làm việc của thầy Tuệ Tâm. Phía bên ngoài không có tấm biển treo nào đề tên thầy. Bạch Cúc nhìn đồng hồ đeo tay lần nữa, đã đúng 15 giờ, giờ cô hẹn với thầy Tuệ Tâm để phỏng vấn. Cô mạnh dạn co ngón tay, gõ lên cánh cửa gỗ ba tiếng dứt khoát.

Cánh cửa bật ra ngay lập tức, cứ như chỉ chờ tay cô gõ để mở. Dăm người đàn ông đứng lố nhố che kín cánh cửa, và một phụ nữ phía sau. Họ cười tươi chào Bạch Cúc rồi lần lượt xỏ giày đi ra khỏi phòng. Người phụ nữ có gương mặt trái xoan, mái tóc uốn dài bồng bềnh điệu đà thu dọn cốc tách trên bàn rồi cũng rút lẹ. Bạch Cúc lúc này mới nhìn rõ thầy Tuệ Tâm và có chút sựng lại.

Ông cao chưa tới mét bảy, dáng vừa đậm, chắc nịch như một lão nông. Ông ấy đang ngồi tĩnh lặng đó, trong một bộ bà ba xám như áo của các sư sãi nhà chùa, nhưng có thể chỉ trong tích tắc sẽ có hành động đáp trả nhanh như chớp. Khuôn mặt ông tròn, to với khung má chắc nịch vẻ quyết liệt. Lớp râu ria lưa thưa xùm xòa không cạo mà dường như được cắt bằng kéo điệp với mái tóc hoa râm cắt tỉa không theo kiểu thông thường khiến ông trông khá ngầu. Duy có đôi mắt tròn, nhỏ, với cách đảo mắt kỳ dị hai bên không cùng chiều khiến ta phân vân, khó đoán định cảm xúc hoặc ý định thực của ông.

Bạch Cúc đã từng nhìn ảnh ông trên báo chí, trên mạng và một số chương trình truyền hình, nhưng đây là lần đầu tiên cô chạm mặt thầy Tuệ Tâm ngoài đời. Cô đã phải qua một người quen xin được số điện thoại của ông, và qua nhiều lần gọi điện, mới có được cuộc gặp quý giá ngày hôm nay với ông. Nghe đâu mỗi giờ dạy kỹ năng sống của thầy Tuệ Tâm được trả tới cả ngàn đô la. Nghề này đang nóng nhất trên thị trường giáo dục tự do. Người ta đua nhau đi học kỹ năng sống với kỳ vọng sẽ thay đổi cuộc đời, có tầm nhìn và kích hoạt năng lực tiềm ẩn, để có thể nhân đôi, nhân ba, x lần hiệu suất làm việc hoặc kinh doanh của chính mình. Trong khi đó, nghề này mới khởi phát tại Việt Nam, còn đang thiếu giảng viên, mà thầy Tuệ Tâm là sư tổ, là người thầy kỹ năng sống giỏi nhất, thầy của những người thầy. Bởi chính những trò xuất sắc nhất trong lứa đầu tiên của thầy Tuệ Tâm đào tạo, đã đều mở ra các trung tâm để dạy kỹ năng sống, đón được những làn sóng mạnh mẽ đầu tiên.

- Có 3 lựa chọn: nước trắng, chè, rượu mạnh. Cô chọn thứ nào? - Thầy Tuệ Tâm đứng lên khỏi chiếc ghế xoay trong lúc hỏi.

- Nước trắng ạ.
- Quá dễ. – Ông đặt trước mặt cô chai nước khoáng Kim Bôi, rồi quay người đi tới tủ rượu để góc phòng. – Còn rượu mạnh cho tôi.

Vạt áo ông tung lên khi đi ngang chiếc quạt cây. Dù ông mở cửa sổ và cây quạt máy HD Tàu đang chạy vù vù, nhưng dường như không thể xua cái nóng giữa tháng bảy đi đâu được, mà nó tinh quái chạy vòng quanh rồi lại túm lấy ta khi cái quạt vừa quay sang chỗ khác. Mồ hôi rịn ra khắp lưng, ngực, mũi, trán Bạch Cúc, một cô phóng viên vốn quen ngồi phòng làm việc có điều hòa nhiệt độ mát lạnh. Cô đưa khăn giấy lau khắp mặt, mắt nhìn tấm thảm màu xám không biết dùng từ đời thuở nào, đã mòn vẹt và tích bụi dày dưới chân cô, những trang thiết bị đơn giản và cũ kỹ trong phòng, những cái chén loại rẻ tiền,... Trông cung cách sinh hoạt này thì người ta khó hình dung rằng chủ nhân của nó lại có thu nhập khủng như thế. Ông muốn hành xác chăng?

Nhưng chưa chắc đã vậy. Bạch Cúc sựng lại thêm lần nữa khi ông mở tủ rượu và cô lén nhìn. Một vài cái tên rượu đã khiến cô lên một cơn choáng nhẹ. Mỗi chai rượu có giá bằng cả tháng lương của cô. Không nghi ngờ gì nữa, đây là một dị nhân.

Ông xách đến bàn chai brandy X.O, niên đại một ngàn chín trăm hồi đó, rót ra cốc thủy tinh rồi nghiêng cốc ngắm tăm của nó.

- Cô bắt đầu hỏi đi, chúng ta có 15 phút thôi - Thầy Tuệ Tâm nói sau khi tợp xong một hớp hết cả chỗ rượu vừa rót.

- Nếu phòng thầy có gắn máy lạnh, thì có lẽ em sẽ có được 51 phút. - Bạch Cúc nói, trong lúc tìm ứng dụng ghi âm trên chiếc điện thoại của cô.
- Ha ha ha - Thầy Tuệ Tâm bật cười, trông gương mặt ông thay đổi hẳn, bớt áp chế người đối diện hơn – Cô thấy đấy, trong cái nóng chảy người ra thế này, cô buộc phải làm việc thật nhanh chóng. Cô không thể có cảm giác thoải mái được.
- Tại sao người ta lại không được có cảm giác thoải mái chứ? - Bạch Cúc bắt đầu bật ghi âm, đặt điện thoại hướng đầu thu về phía thầy Tuệ Tâm.
- Sự thoải mái triệt tiêu nhu cầu sáng tạo. Hoặc nếu có sáng tạo chút đỉnh, thì chỉ ra được dăm mớ lèng mèng thôi. - Thầy nhấn mạnh - ở đây, chúng tôi thúc đẩy anh em vượt ra khỏi vùng thoải mái, cả nghĩa đen lẫn nghĩa bóng.
- Tôi thấy như hành xác vậy. Phòng hướng tây, chật chội, hứng nắng đổ lửa giữa hè. Mà nghe nói thầy ngủ luôn ở đây, ít khi về nhà riêng. Còn các thầy cô giáo khác trong học viện Hoa Xuyến Chi này thì sao?
- Nữ có con nhỏ thì hết giờ làm sẽ về nhà, nam phần lớn giống như tôi. - Thầy Tuệ Tâm làm thêm ngụm rượu nữa, cười khùng khục – Chúng tôi sống như một bộ lạc vậy. Sự gắt kết keo sơn giữa các thành viên bộ lạc, sức mạnh sinh tồn của bộ lạc…
- Tại sao thầy dùng tên Hoa Xuyến Chi đặt cho học viện?
- Cô nhìn thấy Hoa Xuyến Chi mọc nhiều ở đâu? - Thầy Tuệ Tâm hỏi.

- Bên đường, ven sông, bất cứ chỗ nào có đất hoang thì phải…
- Đó là sức mạnh sinh tồn của giống xuyến chi. Gió thổi, hạt giống bay đi khắp nơi và cây tự mọc lên, không cần chăm sóc, hoa nở quanh năm, một vẻ đẹp tự do, phóng khoáng nhường ấy. Không những thế, xuyến chi có thể làm rau ăn, thuốc chữa bệnh. Tinh thần cống hiến như vậy cũng đáng học hỏi chứ.
- Thuở nhỏ, chắc thầy sinh ra ở vùng nông thôn? Thầy nhớ nhất kỷ niệm nào hồi đó?
- Quê tôi ở Nghệ An. Một đứa trẻ ở nông thôn có biết bao trò nghịch. Tôi sống với mẹ là chính. Bố tôi công tác ở cách xa nhà chừng bốn chục cây số. Lúc thì bố về thăm nhà, lúc mẹ chở tôi bằng xe đạp đến chỗ bố. Thế rồi hồi học lớp sáu, có lần tôi mải chơi bỏ học, bị cô giáo chủ nhiệm báo với mẹ. Mẹ đánh đòn rất dữ. Tôi lừa lúc mẹ không để ý, bỏ nhà đi tìm bố. Lúc thì tôi chạy, lúc mệt tôi đi bộ, khát thì tìm chỗ ao, mương, suối có nước trong vục mặt uống. Tôi cứ theo trí nhớ mà tìm đường đi. Sợ nhất là lúc sẩm tối lại phải vượt qua một đoạn đường rừng. Tôi chạy như ma đuổi. Đoạn đó kinh khủng nhất. Ra khỏi rừng tôi bớt sợ hơn, dù trời đã tối mịt. Tôi cứ đi trong đêm, mệt quá cũng không dám nghỉ. Tới sáng thì tìm được đến nơi bố tôi công tác. Phải nói ông mừng thế nào. Mẹ tôi sợ hết vía, đã đánh điện báo với bố tôi là tôi đi mất tích, ông vừa thương vừa giận nhưng không dám nện tôi cái nào. Từ đó trở đi, tôi biết mình có thể vượt qua những giới hạn.
- Với một đứa trẻ lớp sáu thì đó quả là "chiến tích" đáng nể. - Bạch Cúc nhận xét – Còn thời gian qua,

các trò của thầy khi đi học các khóa học kỹ năng sống về, đều tuyên bố rằng họ có thể nhân đôi chính mình. Vậy thầy cung cấp công thức gì cho họ? - Bạch Cúc hỏi tiếp.

- Vậy cô viết một bài báo dài 1500 chữ trong bao lâu? - Thầy Tuệ Tâm lại trả lời bằng một câu hỏi.

- Cũng còn tùy thuộc vào việc tôi có bị phân tâm không - Bạch Cúc đáp - Nếu có đầy đủ tài liệu rồi, không ai quấy rầy, tôi có thể ngồi viết bài báo đó trong vòng ba đến bốn giờ đồng hồ. Nhưng trước đó, tôi phải đi phỏng vấn nhân vật, thu thập tài liệu, nghiên cứu và suy nghĩ tìm ý tứ. Nói chung là để có một bài báo ra đời, tôi mất ít nhất một tuần cho nó.

- Không có năng suất. - Thầy Tuệ Tâm lắc đầu – Cô sẽ xuất sắc làm việc nếu áp dụng công nghệ viết bài.

- Công nghệ viết bài ư? - Bạch Cúc sửng sốt – Không thể thế được. Tôi nghĩ, viết báo là một công việc "thủ công" bậc nhất, mang phong cách riêng, đặc thù, thông tin cũng không lặp lại.

- Đó là ý nghĩ quen thuộc, là lối mòn, là sự tự giới hạn chính mình. - Thầy Tuệ Tâm nói. – **Hãy nghĩ vượt ra khỏi giới hạn thông thường**. Ở học viện Hoa Xuyến Chi, chúng tôi cũng viết nội dung. Viết rất nhanh, rất hiệu quả nhờ công nghệ viết bài. Không phải mỗi tuần một bài, mà mỗi ngày một bài, mỗi ngày một ý tưởng mới.

Bạch Cúc mở to mắt, im lặng hồi lâu. Đây là lần đầu tiên cô nghe nói tới khái niệm "Công nghệ viết bài". Thật hấp dẫn, nhưng khó tin.

Nhưng hẳn rằng, không vô cớ mà người ta ùn ùn kéo đến học ông.

Một người thầy, một hướng đi

Mắt thầy Tuệ Tâm chăm chú nhìn lên tấm hình nhà bác học Einstein trên tường với cái lưỡi đang lè ra và dòng chữ "Mục tiêu của giáo dục là huấn luyện những cá nhân có tư duy và hành động độc lập, cùng nhìn nhận thấy rằng phụng sự cho cộng đồng chính là điều cao cả nhất trong cuộc đời mỗi con người", trong lúc tai ông nghe Phượng – Giám đốc điều hành học viện Hoa Xuyến Chi trình bày thiết kế một bài giảng kỹ năng sống mới.

Dạo này, nhiều cơ quan, doanh nghiệp các nơi tới tấp gọi điện đến học viện, mời thầy Tuệ Tâm về giảng dạy tại cơ sở của họ, giúp nhân viên của họ phát triển bản thân, nâng cao chất lượng làm việc, chất lượng sống và biết cống hiến cho tập thể, xây dựng cộng đồng một cách tự nguyện. Lịch giảng dạy của thầy Tuệ Tâm kín đặc. Giờ giảng nào của thầy cũng rất sôi động, hấp dẫn từ đầu đến cuối. Thầy có thể khiến người ta ngồi lặng đi rơi lệ, nhưng rồi cũng lại bật cười ngả nghiêng sau đó ít phút với các câu chuyện, dẫn dắt tình huống để truyền thông điệp của thầy. Các học viên không chỉ ngồi yên một chỗ lắng nghe từ đầu đến cuối, mà có lúc chia thành từng tổ thảo luận sôi nổi, có lúc hào hứng cùng nhau tham gia trò chơi. Như một người có phép thần, thầy Tuệ Tâm điều khiển được nguồn năng lượng lớn trào sôi trong lớp học, khiến cho các học viên trở nên sung sức hơn bao giờ hết, và tin tưởng mạnh mẽ rằng họ có thể đủ năng lực dời non lấp bể.

Giám đốc Phượng khá lo lắng cho sức khỏe thầy Tuệ Tâm. Chị cũng đứng lớp cùng thầy, cũng trào sôi năng lượng, nhưng chỉ qua được 4 tiếng đồng hồ là oải. Trong khi đó, có ngày thầy Tuệ Tâm đứng lớp cả 8 tiếng, hôm sau lại như thế, mà thầy vẫn sục sôi như ở trong thầy có nguồn năng lượng càng dùng càng trào ra vậy. Phượng thiết kế lại bài giảng, với các phần Khởi động, Thông điệp, Trò chơi, Phản hồi, Kết luận. Thầy Tuệ Tâm sẽ chỉ xuất hiện ở hai phần: Thông điệp và Kết luận. Các phần còn lại do các thầy cô giáo và trợ giảng trong học viện Hoa Xuyến Chi đảm nhiệm.

- Lập tức tuyển thêm những giáo viên, diễn giả truyền động lực, huấn luyện viên mới - Thầy Tuệ Tâm đáp sau khi nghe Phượng trình bày - Chuẩn bị nội dung và xuất bản các bộ sách dạy kỹ năng sống, sản xuất chương trình dạy trực tuyến phát trên Youtube.

Phượng ngẫn người ra sau khi nghe thầy nói vậy. Để thực hiện được mỗi ý trong câu nói đó, cần cả chục người làm suốt năm. Nhưng chị biết tính thầy, đã phát ra lệnh thì cứ y đó mà thực hiện. Chỉ tiếc rằng, do cơn sốt học kỹ năng sống trong xã hội, mà nhiều giáo viên của Hoa Xuyến Chi đã xin rời học viện để thành lập trung tâm dạy kỹ năng sống của chính họ. Có học viên mới đến xin theo thầy Tuệ Tâm để học, đã nói rõ mục đích, rằng anh ta muốn học nghề đi dạy của thầy, học xong sẽ về mở cơ sở đào tạo riêng. Thầy Tuệ Tâm không từ chối ai cả, thầy nhận họ, truyền giảng hết những gì thầy biết. Bởi với thầy, kiến thức chỉ có ý nghĩa khi được cho đi. Thầy cũng không ngại rằng, những học trò của thầy sau này mở trung tâm đào tạo kỹ năng sống là sẽ cạnh tranh trực tiếp với thầy. Thầy chỉ cười mà rằng, cạnh tranh là chuyện đương nhiên, chính ta còn cạnh tranh với ta hàng ngày cơ mà.

Chỉ có điều may mắn là thầy Tuệ Tâm không kén chọn nhân sự giống như mọi nơi khác. Bất cứ ai muốn đến xin học làm trợ lý, giảng viên, huấn luyện viên của học viện Hoa Xuyến Chi, thầy cũng nhận ngay không cần tính toán so đo. Dường như trong con mắt đặc biệt thấu suốt của thầy, thì thầy nhìn ai cũng thấy có tài riêng.

Chính trường hợp của Phượng đây cũng là một minh chứng cho con mắt nhìn người của thầy Tuệ Tâm. Phượng người Hải Dương, mới tốt nghiệp Trung học phổ thông, lên Hà Nội đi làm nhân viên trực điện thoại của một cơ sở may mặc. Sau hai năm, lương bổng không đủ ăn và thuê chỗ trọ, Phượng buồn lắm. Chị cần tiền để không chỉ nuôi mình trong hiện tại, mà còn cần dành dụm lo cho em trai học đại học, lo cho tương lai của chính chị. Những cái muốn đó, nếu chị chôn chân ở cơ sở may này, sẽ khó có thể thực hiện được. Phượng muốn tìm một cơ may khác, gặp ai chị cũng hỏi han thông tin, nhằm kiếm chỗ làm khá hơn.

Phượng được một người quen giới thiệu đến gặp thầy Tuệ Tâm, và quá đỗi ngạc nhiên khi thầy không cần nghe chị trình bày nhiều. Thầy chỉ đơn giản bảo:

- Sáng mai cô đến học viện Hoa Xuyến Chi làm việc luôn. Chúng tôi trả lương cô cao gấp 3 lần chỗ cũ.
- Con cảm ơn thầy ạ. Nhưng xin thầy cho con một tuần để thu xếp nghỉ việc chỗ cũ. - Phượng mừng quýnh, nói líu ríu.
- Thu xếp nghỉ việc mà cũng phải mất một tuần? - Thầy nhướng cặp mắt tròn nhỏ nhìn Phượng. - Chỉ cần hai tiếng là xong. Rút ngắn quy trình đi, đời ngắn lắm.

Thầy Tuệ Tâm có kiểu tuyển người nhanh như chớp vậy. Và hình như chỉ với một cái liếc nhìn, thầy đã biết sẽ giao việc gì cho người đó làm là tốt nhất. Bữa đó, Phượng nghĩ mình liều một phen xem sao. Chị lẳng lặng thu xếp mấy món đồ hẻo ở chỗ làm cũ, rồi về nhà trọ, chỉ dám gọi điện tới trưởng phòng chăm sóc khách hàng ở cơ sở may mặc, báo nghỉ việc rồi lặn luôn một hơi, mặc cho họ trách móc chị bỏ việc quá đột ngột, không cho họ kịp trở tay.

Quá trình tiến thân của Phượng ở học viện cũng nhanh không kịp nghĩ. Học việc vỏn vẹn một tuần, chị trở thành trợ lý cho thầy. Ba tháng sau, chị được làm trợ giảng. Sáu tháng sau, chị thành giảng viên. Trong quá trình đó, thầy liên tục tạm ứng lời khen, động viên, truyền lửa để chị vượt ra mọi khuôn khổ suy nghĩ thông thường, tin vào năng lực của bản thân, tự tin đứng trước cả ngàn người để diễn thuyết. Sau hai năm, chị đã được một số tờ báo Thủ đô ưu ái tặng cho danh hiệu một trong những nữ diễn giả hàng đầu Việt Nam. Tấm gương vượt khó cấp tốc của chị cũng được truyền thông nhắc đến. Trong đời sống riêng, chị cũng đã lấy chồng, có một con nhỏ 6 tháng tuổi, mua trả góp một căn nhà nhỏ trong ngõ tại thủ đô. Chị đã thực sự đổi đời mà lắm lúc vẫn tưởng mình đang sống trong mơ. Chị vô cùng biết ơn thầy Tuệ Tâm đã cho chị một cú hích kỳ diệu. Điều quan trọng nhất trong đời người, là tìm được một người thầy, chỉ cho mình một hướng đi. Và bây giờ thì chị được thầy Tuệ Tâm giao vị trí Giám đốc điều hành học viện Hoa Xuyến Chi. Thầy Tuệ Tâm chỉ tập trung vào chuyên môn và định hướng phát triển cho học viện.

Thầy Tuệ Tâm là người say mê giảng dạy bậc nhất mà Phượng biết. Cứ mỗi lần đứng trước đám đông, là thầy như lên đồng, nói không biết mệt, không cần qua micro kích âm. Giọng thầy đủ khỏe và vang để cả ngàn người trong hội trường nghe rõ. Phượng cũng biết, chị sẽ bán khóa học nhanh như chớp nếu có tên thầy trong tờ rơi quảng cáo. Tuy nhiên, chị cũng muốn giữ sức khỏe cho thầy, dù gì thì thầy đã đến tuổi lục tuần, và còn cần dành thầy cho những việc lớn hơn.

Chị tin rằng, thầy Tuệ Tâm đã có thể thay đổi cuộc đời chị ngoạn mục như vậy, thì thầy cũng có thể giúp hàng triệu người Việt Nam đổi đời, xây dựng gia đình, cộng đồng, đất nước hạnh phúc và giàu có hơn bội phần.

Có tật ắt có tài

Phượng nhìn mình trong gương với con mắt phê phán. Mái tóc dài uốn sóng dập dềnh lượn quanh gò má mịn màng được trang điểm kỹ với bốn lớp: kem dưỡng, phấn nền, phấn phủ, phấn má. Đôi mắt to thoảng nét u buồn, lo lắng của chị cũng được tô kẻ bằng một đường chì nước mảnh khéo léo cong lên ở đuôi mắt. Dẫu vậy, nó không làm mắt sắc sảo lên được chút nào. Cái vẻ u buồn, lo lắng ấy như được thừa kế từ mẹ chị, bà chị, từ những phụ nữ trong dòng tộc hàng trăm năm, những phụ nữ Việt luôn phải è cổ gánh vác quá nhiều trách nhiệm trong gia đình, nào thì sinh con đẻ cái, nuôi dạy con cái, đi làm đồng áng, việc nội trợ giặt giũ, giữ chồng hoặc cưới vợ bé cho chồng…

Không, Phượng sẽ khác. Phượng không thể sao chép cuộc đời u buồn vô phương của những thế hệ phụ nữ trong dòng tộc nhà chị. Chị sẽ sống cuộc đời như chị muốn. Mà chị muốn gì nhỉ? Thầy Tuệ Tâm nói, vũ trụ sẽ không đáp ứng những ước muốn không cụ thể. "Không cụ thể thì cụ… không thể!" – Thầy thường hóm hỉnh nhắc đi nhắc lại thông điệp này mỗi khi ai đó trong học viện Hoa Xuyến Chi đưa ra một mục đích mới. Phượng tiếp tục nhìn sâu vào mắt mình trong gương, mỉm cười với chính mình, chạm tay vào gò má hồng đẹp đẽ và cảm thấy yêu thương mình hơn. Lập tức, một ý nghĩ sáng lóe lên trong đầu chị.

Chị sẽ thành lập một câu lạc bộ trẻ em từ 12-18 tuổi, rèn các em ý chí làm giàu theo cuốn sách "Nghĩ giàu làm giàu" của tác giả Napoleon Hill. Câu lạc bộ này sẽ nằm trong học viện Hoa Xuyến Chi. Câu lạc bộ sẽ thu hút những trẻ em ưu tú nhất, huấn luyện các em vào dịp cuối tuần. Sẽ không chỉ là đọc sách làm giàu, học theo các tấm gương làm giàu trên thế giới, mà sẽ phần lớn được thực hành. Mỗi em sẽ tự xây dựng khát vọng, lập kế hoạch cụ thể và được thực hành ngay trong thời gian các em sinh hoạt trong câu lạc bộ. Câu lạc bộ "Nghĩ giàu làm giàu" sẽ ươm mầm và tạo nên những doanh nhân xuất sắc cho đất nước trong tương lai.

Đang say sưa với ý tưởng mới của mình, thì Phượng nghe tiếng gõ cửa. Chị chợt nhớ ra hôm nay sẽ có 5 cuộc phỏng vấn tuyển nhân sự mới, thể theo ý định của thầy Tuệ Tâm, cần nhân sự mới cho học viện Hoa Xuyến Chi để thực hiện bộ sách kỹ năng sống trong nhà trường và để bổ sung đội ngũ giảng viên, huấn luyện viên của học viện. Nhưng giờ này còn quá sớm, Phượng nhìn đồng hồ, mới chỉ 7h30 sáng, vậy thì 30 phút nữa mới đến cuộc phỏng vấn ứng viên đầu tiên.

Chị mở cửa, một người đàn ông chừng bốn mươi tuổi, gương mặt bệch bạc mệt mỏi vô vọng, cái đầu cạo trọc, sơ mi bỏ ngoài quần kaki, tay giữ chặt cánh tay một bé trai chừng 12 tuổi. Thằng bé đang cố giằng tay mình ra khỏi tay người đàn ông, trong lúc nó ngước nhìn Phượng với đôi mắt cười sung sướng, chẳng có vẻ gì là ngại ngần hay ngượng ngùng như lẽ ra phải thế trong phản ứng của một đứa trẻ khi gặp người lạ.

- Chào anh, xin lỗi, anh có nhầm cửa không ạ? – Phượng cố nở một nụ cười xã giao trong khi vẫn chưa hết ngạc nhiên khi đứa trẻ lao vào ôm lấy chị và chị chỉ kịp nắm lấy cánh tay hào hứng của nó.
- Chị là Phượng, giám đốc điều hành học viện Hoa Xuyến Chi phải không ạ? – Người đàn ông hỏi lại chị, trong lúc giữ nốt cánh tay thứ hai của đứa trẻ. Lúc này, Phượng mới để ý, thấy cả 10 đầu ngón tay thằng bé được quấn băng trắng.
- Vâng, tôi là Phượng. Nhưng tôi chưa có hẹn với anh. – Phượng đáp, chị miễn cưỡng để cho hai người khách không mời mà chị đoán là hai bố con vào phòng.
- Tôi được biết về học viện Hoa Xuyến Chi qua mạng. Tôi tên là Chiến, một kiến trúc sư đang tạm nghỉ việc trông con – Người đàn ông giải thích sau khi ngồi xuống ghế, ôm chặt thằng con trong lòng. Thằng bé vẫn nhìn Phượng và cười. Nó có vẻ không bình thường chút nào. – Hôm nay tôi đường đột đến đây vì không có cách nào khác. Tôi muốn gặp chị, xin chị cho cháu Khôi nhà tôi vào học tại đây.
- Chúng tôi có lớp đào tạo kỹ năng sống cho các cháu nhỏ cùng tuổi con nhà anh, nhưng chỉ mở lớp dịp hè thôi ạ. – Phượng giải thích – Vậy anh hãy chờ đến lúc đó rồi đưa cháu đến.
- Nói thật với chị thế này, cháu Khôi bị tăng động. Tôi đã đưa cháu đi chữa bệnh nhiều nơi nhưng không khỏi. Đưa cháu đến các trường học bình thường thì người ta nhận vài hôm rồi lại trả cháu về nhà. Đưa cháu đến các trung tâm dạy trẻ tự kỷ thì người ta nhận cháu, nhưng dạy chẳng được bao nhiêu, chỉ giữ cháu

thôi. Đến tuổi này, người ta từ chối dạy tiếp vì cháu phá phách quá. Tôi giữ cháu ở nhà không được, và lại, tôi hy vọng có nơi nào giúp cháu tiến bộ. Tôi không muốn bỏ phí cuộc đời cháu... - Chiến nghẹn ngào sau khi nói một hơi dài.

- Tay cháu bị làm sao thế kia? – Phượng hỏi, mắt nhìn những ngón tay băng trắng của thằng bé.
- Cháu tự cắn nát ngón tay nếu tôi thả tay cháu ra. Khốn khổ lắm cô ạ. Ở nhà luôn phải có người giữ chặt tay cháu ngày đêm. Chỉ sểnh ra một phút là cháu đã găm nham nhở đầu ngón. – Người đàn ông thở dài bất lực.
- Cháu không biết đau hay sao?
- Tôi không biết nữa, có lẽ không. Bởi nếu biết đau, nó sẽ không tự cắn phá ngón tay mình như vậy. Có lần bà cháu trông cháu, không để ý, cháu lao ra đường, bị xe máy tông ngã, chảy máu đầu be bét mà cháu vẫn cười.
- Tôi rất thông cảm với anh và gia đình – Phượng thở dài – Nhưng chúng tôi không thể nào nhận cháu vào học viện được. Anh hãy đưa cháu đến nơi nào chuyên giáo dục trẻ có khuyết tật thần kinh thì mới hiệu quả và lâu dài được.
- Chị ơi, tôi đã đưa cháu đi cùng giời cuối đất rồi, tôi không nói ngoa đâu. Nơi nào người ta cũng xua bố con tôi như xua lũ nhặng. Chị mà cũng xua đuổi chúng tôi, thì bố con tôi chỉ còn nước lao đầu xuống sông!

Vừa lúc ấy thì thầy Tuệ Tâm đẩy cửa bước vào. Người đàn ông bỗng dưng ôm cả con trai phục xuống đất, kêu lên với giọng tuyệt vọng như anh ta sắp bị đưa lên đoạn đầu đài:

- Con cắn rơm cắn cỏ lạy thầy cô, xin thầy cô nhận cháu vào học, dạy cháu thành người. Hết bao nhiêu tiền con cũng xin nộp ạ. Nhà chúng con chỉ có mỗi thằng con trai này thôi. Con không tin là đã hết cách với cháu...

Phượng lúng túng không biết làm sao trước cảnh ấy. Chị đứng đờ người ra. Thầy Tuệ Tâm cúi xuống nâng người đàn ông dậy. Nước mắt anh ta đầm đìa lúc ngẩng mặt lên, trong khi thằng bé trong tay anh ta vẫn nhoẻn cười.

- Anh buông cháu ra – Thầy Tuệ Tâm nói.
- Dạ không được. Cháu sẽ phá hỏng đồ trong phòng – Người đàn ông nhớn nhác nhìn từ máy tính đến cốc chén trên bàn.
- Anh cứ thả cháu ra.

Vừa được bố buông tay giữ, thằng bé lao đến bên máy tính. Người bố nhỏm người định lao theo con thì thầy Tuệ Tâm giữ anh ta lại.

- Cô Phượng lấy bóng cho cháu chơi! – Thầy Tuệ Tâm ra lệnh.

Phượng cúi nhặt hai quả bóng tennis màu nõn chuối trong một hộp carton đặt vào tay thằng bé. Nó nắm lấy quả bóng xem xét một hồi rồi ném bóng ra cửa sổ. Phượng đưa cho nó quả bóng khác và bảo nó chuyền bóng cho cô, cố gắng lôi cuốn sự chú ý của thằng bé, trong lúc thầy Tuệ Tâm nói chuyện với bố nó.

Khi hộp bóng đã gần hết và bóng đã bị ném lung tung khắp phòng, Phượng cũng hơi nản đến mức định giữ chặt tay thằng bé như bố nó khi nãy, thì thầy Tuệ Tâm đột ngột nói:

- Tôi nhận thằng bé này. Khôi sẽ học bán trú tại đây.
- Thưa thầy, sao thế được ạ? – Phượng liều lĩnh phản đối thầy Tuệ Tâm – Chúng ta không có người chuyên dạy các em như thế, vả lại, cũng chẳng có chỗ cho cháu ngủ nghỉ…
- Khi muốn là có – Thầy Tuệ Tâm cắt ngang.
- Nhưng chúng ta không thể dạy trẻ khuyết tật! – Phượng chợt vọt ra câu nói đó.
- Có tật ắt có tài. – Thầy Tuệ Tâm khẳng định. – Khôi là một tài năng, từ nay chúng ta sẽ nhìn cháu như thế để có phương pháp giáo dục phù hợp, phát triển tài năng cho cháu.

Nghe thầy Tuệ Tâm tuyên bố như thế, Chiến bỗng ôm mặt khóc tu tu. Bao nhiêu năm qua, anh đã phải làm quen với việc bị từ chối, những cái lắc đầu, những cái nhìn thương hại của người đời đối với con trai anh, anh cũng đã quen với việc người ta gọi con anh là trẻ khuyết tật, dù trong anh vẫn le lói hy vọng về một tương lai khác cho con. Thì đây là lần đầu tiên có người nói với anh rằng con anh có tài. Dù điều đó có là hoang tưởng đi chăng nữa, thì câu nói ấy đã xoa dịu anh thật sâu. Suốt đời anh không thể quên được giây phút này, cảm xúc này.

Cuối cùng, có lẽ vũ trụ đã mở ra một cánh cửa mới cho con trai anh.

Người tung bóng giỏi nhất

Phượng vừa đặt bát cơm nóng xuống trước mặt Khôi, thì thằng bé đã vạc cả năm đầu ngón tay phải vào bát cơm bốc một nắm to đưa lên miệng.

Phượng hốt hoảng kéo tay Khôi ra. Miệng, mép, má thằng bé đầy cơm.

- Trời ơi, cơm đang nóng thế mà bốc à? Bỏng tay rồi con ơi!

Dường như Khôi không có cảm giác nóng bỏng gì. Nó nhai cơm ngon lành, mắt ánh lên vui vẻ. Phượng nhặt cơm trên má, trên tay cho nó, đút vào miệng nó rồi nói:

- Dùng thìa xúc cơm, Khôi nhé. Ăn bốc xấu lắm. Khôi là học trò đẹp, ngoan. Khôi ăn cũng phải đẹp.

Phượng lựa từng lời để nói với Khôi. Thầy Tuệ Tâm đã dặn chị, rằng với Khôi, một đứa trẻ có tật mà có tài, tuyệt đối không được nhắc đến những từ ngữ xấu, dù là trong một câu nói phủ định. Bởi tâm trí những đứa trẻ bị rối loạn thần kinh như thế này, chúng không suy luận lô gic, mà chỉ có thể tóm được những từ rời rạc để ghi nhận và hành động.

Kể từ ngày học viện Hoa Xuyến Chi nhận Khôi vào điều trị và đào tạo, Phượng dành khá nhiều thời gian cho Khôi. Việc điều hành học viện chị vẫn đảm nhiệm, nên mỗi ngày, phải đến mười giờ đêm chị mới rời học viện về nhà. Việc nhà, việc chăm sóc đứa con nhỏ phải trông vào chồng chị và mẹ chồng, nên áp lực tinh thần với chị là không nhỏ. Ngay từ đầu Phượng đã không muốn nhận bé Khôi vào học viện, nhưng bây giờ, việc đã đến tay, chị đã làm, thì cần làm với cái tâm trọn vẹn.

Chị kiên nhẫn dạy Khôi cách dùng thìa xúc cơm trong bát, lấy thịt trong đĩa. Khi nào thằng bé có thể dùng thìa được thì mới chuyển sang huấn luyện nó dùng đũa. Mười đầu ngón tay tứa máu do chính nó cắn vụng mỗi khi Phượng không để ý, xoay chuyển cái thìa rất khó khăn. Chẳng lẽ ở nhà bố mẹ nó chưa bao giờ dạy con cách cầm thìa? Phượng tự hỏi. Nhưng rồi chị quyết định không nghĩ ngợi lan man nữa mà tập trung vào việc huấn luyện Khôi. Chị cần coi thằng bé như con đẻ của mình. Phượng vừa buông tay Khôi, định lấy cái thìa múc canh để chan chút nước canh vào bát cho thằng bé, thì nó đã ném vèo cái thìa cơm ra cửa sổ. Nó ném khéo đến nỗi chiếc thìa vọt qua khung cửa như mũi tên, bay vút đi mất.

- Trời ơi! Sao lại ném thìa đi? Khôi hư quá! - Phượng kêu lên.

Vừa dứt tiếng kêu, thì Khôi đã bốc thêm nắm cơm bỏ vào miệng. Phượng lại giữ chặt tay thằng bé, ánh mắt chị nhìn những ngón tay dính cơm của thằng bé có chút bất lực.

Chị không hiểu thầy Tuệ Tâm nhìn thấy điều gì ở thằng bé này mà lại giữ nó ở đây. Sẽ chỉ tổ mất thời gian vô nghĩa của chị, của thầy mà thôi. Trong khi ở ngoài kia, biết bao sinh viên giỏi giang, biết bao doanh nhân, các nhà hoạt động xã hội, các kỹ sư, các bác sĩ, các nhà thiết kế, những người thợ,... đều đang mong muốn được tham gia một khóa học của thầy Tuệ Tâm, để được thầy khai sáng mà chọn một sứ mệnh, một mục tiêu, một hướng đi, một cách làm cho mình. Những con người như thế có thể trở nên xuất sắc để phụng sự xã hội, còn một đứa trẻ mắc bệnh tự kỷ như Khôi, thì làm được gì?

Đúng lúc Phượng đang nắm tay Khôi mà miên man suy nghĩ, thì một cái thìa được đặt vào tay Khôi.

- Cầm thìa xúc cơm nào! - Tiếng thầy Tuệ Tâm vang lên trầm ấm, nhưng dứt khoát. Thầy đã bước vào phòng từ lúc nào mà Phượng không hay biết.

- Nó vừa ném mất cái thìa qua cửa sổ - Phượng nói, giọng có chút ấm ức.

- Chuẩn bị thêm chục cái thìa dự phòng - Thầy Tuệ Tâm nói - Từ giờ đến chiều, cô không cần làm gì khác, ngoài việc luyện cho Khôi giữ được thìa trên tay.

- Thầy có thể cho con một lý do đủ mạnh được không?

- Tôi đã nói với cô, Khôi là một tài năng. Việc được giáo dục một tài năng là may mắn đối với cô.

- Nếu suy đoán của thầy chỉ là ảo tưởng thì sao? - Phượng liều mình hỏi.

- Câu hỏi quá hay! - Thầy Tuệ Tâm gật gù, những sợi râu bạc khẽ rung mơ hồ trên mép thầy - Kể cả trong trường hợp đó, thì giá trị cộng thêm cho chính cô, đó là những bài học mà cô học được từ Khôi, từ từng thời khắc cô cảm thấy bất lực, hay đón nhận thất bại. Khôi sẽ đánh bại cô hết ngày này sang ngày khác. Cho đến khi...

- Đến khi nào ạ?
- Đến khi cô làm được. Phát hiện ra tài năng của Khôi, để nó tỏa sáng.

Phượng im lặng, nhưng chị thở dài. Trong đầu chị bật lên những câu nói phản ứng lại thầy Tuệ Tâm, nhưng đồng thời, chị cũng hiểu rằng, mình chẳng thể đủ lý lẽ để lật ngược lại vấn đề. Chị tìm cách ấn cái thìa vào tay Khôi.

- Tại sao tay nó vẫn tứa máu? - Thầy Tuệ Tâm nhìn những ngón tay Khôi, hỏi.
- Nó thừa lúc con không để ý nên lại cắn ngón tay. - Phượng lúng túng nói.
- Hộp đựng bóng trong phòng này đâu rồi? - Thầy đưa mắt nhìn quanh.
- Con bỏ sang phòng khác rồi. Con sợ Khôi ném hết bóng ra cửa sổ.
- Cô không lo. Tôi sẽ mua một triệu quả bóng cho Khôi ném. Cô hãy làm sao để tay Khôi luôn bận rộn với quả bóng, nó sẽ không cắn ngón tay nữa.

Nói rồi, thầy Tuệ Tâm rút từ túi quần ông ra ba quả bóng tennis, tung hứng trước mặt hai cô trò như đang làm xiếc. Mặt thầy hơi ngửa lên, đôi tay tung bóng dẻo quẹo.

- Tập tung bóng như thế này, cô trò nhà cô không chỉ luyện độ dẻo và phản ứng của tay, mắt, mà còn khiến tâm trí hứng khởi. Toàn tâm trí hướng thượng. Những ý nghĩ tích cực nảy sinh liên tục, cô có thể dịch chuyển tâm thế dễ dàng nhờ luyện tập tung hứng bóng đều đặn hàng ngày.

Khôi bỏ mâm cơm, đứng phắt lên, hô to:

- Tung bóng! Khôi tung bóng!

Thầy Tuệ Tâm ngừng lại, đưa ba quả bóng cho Khôi:

- Tung bóng! Khôi tung bóng! - Thầy Tuệ Tâm hét to.

Khôi lập tức tung cả ba quả bóng lên, nhưng nó chỉ đỡ được một quả. Hai quả bóng còn lại va vào trần nhà và rớt xuống thảm, lăn mỗi quả một góc.

Phượng chạy lại góc phòng, lượm quả bóng định đưa cho Khôi, thì thấy Khôi đã nhặt nốt quả bóng khác và vồ lấy quả bóng Phượng vừa đưa ra.

Nhanh như cắt, thầy Tuệ Tâm đã đoạt cả ba quả bóng từ tay Khôi.

- Con tung từng quả như ông làm thế này nhé. - Thầy nói, sau đó tung bóng thật chậm, thật chậm từng quả, đỡ bóng, rồi lập tức trả lại bóng cho Khôi.

Hai thầy trò vui vẻ tập tung bóng với nhau tới cả tiếng đồng hồ. Khôi đã khéo léo hơn, bớt đánh rơi bóng hơn. Thằng bé tỏ ra thích thú đặc biệt với những quả bóng màu nõn chuối. Nét mặt thầy Tuệ Tâm cũng bừng sáng. Ông sung sướng cứ như vừa đoạt giải Nobel y học.

- Cô thấy không, thằng bé này học nhanh gấp 100 lần tôi trong việc tung hứng bóng. Nó là tài năng tung bóng. Nó sẽ trở thành đứa trẻ tung hứng bóng xuất sắc nhất ở đất nước này.

Nói đoạn, thầy Tuệ Tâm ghé sát tai Khôi, nhắc từng tiếng rành rẽ:

- Khôi tung bóng giỏi nhất.
- Khôi tung bóng giỏi nhất ạ! - Thằng bé nhắc lại, mỉm cười. Những giọt mồ hôi lăn ròng ròng trên gương mặt sáng ngời hạnh phúc của nó.

Phượng lặng người đi, chính cô cũng đã nhận ra một điều gì đó, khó gọi tên, nhưng rõ ràng, vừa lướt qua cả ba người, như một tia sáng.

Cuộc dịch chuyển thần kỳ

Thằng bé Khôi sau ba tháng học bán trú, sáu tháng học nội trú tại học viện Hoa Xuyến Chi, dường như đã biến đổi hoàn toàn. Từ một thằng bé gầy gò, cớm nắng, chỉ biết lao vọt như tên bắn và luôn tự cắn nát mười đầu ngón tay, Khôi giờ đã trở nên rắn rỏi hơn, làn da đã có sắc nắng trời, các đầu ngón tay đã lên da lành lặn. Khôi cũng biết tự đánh răng, rửa mặt, biết đi toilet gọn gàng. Đặc biệt, Khôi rất say mê tung hứng bóng. Mấy quả bóng như nguồn dinh dưỡng nuôi sống thằng bé. Khôi chỉ rời xa mấy quả bóng tennis lúc đi ngủ mà thôi.

Giờ đây, thằng bé đã tung hứng điêu luyện ba quả bóng, không làm rơi bóng trong vòng bảy phút. Khôi đang được cô Phượng đặt ra mục tiêu cao hơn: tung bóng liên tục trong mười phút không đánh rơi. Bên cạnh đó, một huấn luyện viên khác của học viện cũng bắt đầu dạy Khôi cách đứng thăng bằng trên con lăn. Thầy Tuệ Tâm giải thích rằng, Khôi là đứa trẻ tự kỷ dạng tăng động, do đó, việc tung bóng sẽ giúp thằng bé luyện tâm trí tập trung vào hành động duy nhất, luyện sự khéo léo của tay, mắt, luyện phần thân trên linh hoạt. Khi huấn luyện thêm cho Khôi kỹ năng đứng thăng bằng trên con lăn như diễn viên xiếc, sẽ có tác dụng kích hoạt các cơ bắp phần thân dưới, dây thần kinh hoạt động trật tự. Sự rối loạn hệ thần kinh sẽ dần dần được sắp xếp lại.

Trong bữa ăn, Khôi đã biết dùng thìa tự xúc ăn hết phần cơm của mình, và có thể ngồi chung mâm với các thầy cô. Đó quả là một sự tiến bộ vượt bậc mà chính anh Chiến, bố của Khôi cũng không tin nổi trong lần đến thăm con, tận mắt thấy con ngồi ăn cơm ngon lành với thầy cô mà không gây sự cố gì. Chiến kể, rằng trong suốt hơn chục năm qua, vợ chồng anh và bà ngoại của Khôi hoài công tập cho thằng bé cách cầm thìa, nhưng nó chẳng bao giờ giữ cái thìa trong tay quá năm giây. Khôi thường lập tức ném thìa ra xa, thích nhất là ném qua cửa sổ. Cứ thấy bát cơm xới ra là thằng bé lao vào bốc, cơm nóng bỏng tay cũng bốc, nhưng không ăn mà chỉ xoa lên mặt, lên tường, lên bàn,... Ở nhà, không bao giờ cả gia đình được ăn chung mâm cơm một lúc. Luôn phải thay phiên nhau người giữ chặt Khôi, người đút cho thằng bé ăn. Khi cho Khôi ăn xong, thì mới đến lượt người lớn ăn.

Kinh tế gia đình bị sa sút từ khi sinh ra Khôi. Trong hai vợ chồng, thì chỉ có vợ anh Chiến đi làm, còn anh nghỉ việc để trông Khôi và đưa con đi khắp nơi tìm cách chạy chữa bệnh, và cho con học. Hơn mười năm qua, khoản tiền người vợ kiếm được không đủ nuôi ba miệng ăn, anh chị phải nhờ cậy vào gia đình hai bên nội ngoại, mỗi người giúp một chút, thậm chí họ đã phải vay tiền người quen để lo trang trải các khoản phí chữa trị cho Khôi, cuộc sống vô cùng chật vật. Tuy nhiên, không lúc nào anh Chiến hết hy vọng. Cứ mỗi lần bác sĩ lắc đầu với việc điều trị cho con, hoặc một trường nào đó lại gọi anh lên để trả Khôi về cho bố mẹ, thì anh lại tự vực tinh thần mình lên bằng suy nghĩ, rằng con anh chưa gặp đúng người, đúng thầy. Chỉ cần anh nhẫn nại thêm một lần nữa thôi, người thầy dành cho riêng Khôi sẽ xuất hiện, nữ Thần May Mắn sẽ mỉm cười.

Khi anh gặp được thầy Tuệ Tâm, thầy đồng ý nhận Khôi, với điều kiện anh phải để cho ông toàn quyền quyết định việc chăm sóc nết ăn ở, chế độ luyện tập, và nhất là không dùng bất cứ loại thuốc chữa bệnh nào mà bác sĩ bên ngoài từng kê cho Khôi, Chiến đã đồng ý và đặt hoàn toàn niềm tin vào thầy Tuệ Tâm. Khôi đặc biệt tiến bộ nhanh hơn kể từ khi chuyển sang học nội trú tại học viện Hoa Xuyến Chi. Mỗi tháng, Khôi được bố đón về nhà ở với bố mẹ hai ngày. Chiến nhận thấy, trong những đêm ngủ tại nhà, Khôi ngủ yên giấc từ mười giờ đêm, chỉ dậy đi tiểu khoảng từ hai đến ba giờ sáng rồi lại ngủ tiếp đến bảy giờ sáng thì tỉnh dậy. Trước kia, Khôi thường tỉnh giấc ít nhất bốn lần trong đêm, la hét hoặc chạy vụt ra khỏi giường nếu bố nó không kịp giữ lại.

Một nam giáo viên tại học viện được phân công huấn luyện giấc ngủ cho Khôi. Ngoài việc cho Khôi đi ngủ đúng giờ, anh còn đặt chuông báo thức lúc 2h sáng để đánh thức Khôi dậy đi tiểu rồi ngủ tiếp, tránh việc em hay tè dầm như khi ngủ ở nhà thời trước. Trong thời gian ban ngày, Khôi được hoạt động thể chất liên tục, tiêu hao nhiều năng lượng, khiến em ăn ngon miệng hơn, và dễ đi vào giấc ngủ, khi ngủ cũng sâu hơn.

"Con người cũng là một loại động vật. Mà đã là động vật thì phải vận động thật lực mới phát triển lành mạnh được. Trong xã hội chúng ta đang sống, cuộc sống hiện đại, tiện nghi vật chất mang lại nhiều thuận lợi cho con người, nhưng đồng thời cũng có mặt trái, đó là khiến chúng ta lười vận động, phụ thuộc nhiều vào các thiết bị điện tử, dẫn đến sự trì trệ của một số bộ phận chức năng trong cơ thể người, lâu dần dẫn đến rối loạn. Những hoạt động thể chất được tính toán kỹ lưỡng sẽ giúp con người cân bằng lại những rối loạn đó." – Thầy Tuệ Tâm giải thích khi Chiến hỏi về lý do thầy cho Khôi luyện tung bóng và đứng thăng bằng trên con lăn cả ngày, chứ không phải là dạy em học chữ.

Vậy mà, nhiều năm qua, Chiến đã cố ép con trai mình ngồi vào bàn học từng chữ A, B, C, tốn bao nhiêu thời gian mà con chẳng ghép nổi vần. Trong khi điều mà con anh cần là sự vận động thể chất, trước tiên là để cân bằng lại những rối loạn trong con. Quả thực, đây là điều mới mẻ mà anh không biết, cũng chưa bác sĩ ở bệnh viện nào nào nói cho anh biết, chưa thầy cô ở trung tâm trẻ tự kỷ nào mà anh từng đưa con đến có lý luận và phương pháp như ở học viện Hoa Xuyến Chi. Thực tế, qua chín tháng con anh được huấn luyện thể chất với bài tung bóng và đứng trên con lăn, nó đã có tiến bộ rõ rệt, điều mà trước đây vợ chồng anh, cũng như các thầy cô ở các trung tâm dạy trẻ tự kỷ khác không làm được.

Sau năm tháng nữa, khi Khôi vừa được mười ba tuổi tám tháng, thì anh Chiến nhận được một cặp vé mời tới dự Lễ trao giải Kỷ lục gia tại Nhà hát lớn. Anh khá phân vân, xem đi xem lại phong bì gửi tới, thì chỉ thấy đề địa chỉ của một công ty truyền thông. Vợ chồng anh không có quan hệ gì từ xưa đến nay với công ty này. Anh định bụng gọi điện tới công ty truyền thông đó để hỏi cho ra nhé, thì nhận được điện thoại của cô Phượng – giám đốc điều hành học viện Hoa Xuyến Chi. Cô Phượng báo với anh rằng, nhất định vợ chồng anh cần đến dự Lễ trao giải Kỷ lục gia để gặp con trai mình ở đó. Chiến găng hỏi tại sao cô Phượng lại cho Khôi đi xem chương trình này thì cô Phượng không giải thích thêm. Cô chỉ nói, anh chị cứ đi xem sẽ biết.

Chiến và vợ chọn bộ đồ tươm tất nhất đi dự Lễ, chẳng gì thì nơi họ đến là Nhà hát lớn, một sảnh đường nghệ thuật sang trọng nhất thành phố, ai đặt chân vào đó thì cũng có ý thức ăn mặc đẹp để nhất có thể. Vợ Chiến cứ lo rằng, tại Nhà hát lớn, khán giả ai nấy đều nghiêm trang lặng im xem chương trình, liệu họ có thể giữ thằng bé Khôi ngồi yên trong hơn một tiếng đồng hồ được không. Chị sợ thằng bé sẽ hét lên, hoặc sẽ giận dữ phá phách khi bị bắt ngồi yên trên ghế lâu đến thế.

Anh chị ngơ ngác tìm cô Phượng và Khôi ở cửa vào Nhà hát lớn, nhưng không tìm thấy, họ nghĩ có lẽ Khôi ngồi với cô Phượng rồi nên tự tìm chỗ ngồi của mình theo số trên vé mời. Xem xong ba tiết mục văn nghệ mở màn, thì đến tiết mục biểu diễn của một số kỷ lục gia. Khán phòng thán phục trước những việc phi thường mà các kỷ lục gia có thể thực hiện được, như Kỷ lục gia siêu trí nhớ, kỷ lục gia tạo nhiều nhất các di sản thế giới bằng vật liệu tre, kỷ lục gia viết tiểu thuyết chỉ trong vòng 3 ngày,...

- Và bây giờ, thưa quý vị, chúng tôi xin giới thiệu một kỷ lục gia nhỏ tuổi nhất trong buổi Lễ hôm nay! –

Tiếng người dẫn chương trình vang lên thu hút sự chú ý của khán giả.

Nhạc nền nổi lên sôi động, chừng chục em nhỏ mặc bộ đồ như những tiên đồng ào ra sân khấu, tiếp theo là một bé trai mặc quần xanh và áo lụa trắng, bắt ánh đèn sân khấu lấp lánh, đi vun vút trên chiếc xe đạp một bánh, lượn vòng vèo điệu nghệ giữa các em nhỏ đang nhảy múa theo nhạc.

- Anh ơi!- Vợ Chiến xúc động thì thào – Anh xem có phải cu Khôi nhà mình đó không?
- Làm sao lại là Khôi được. – Chiến cũng thì thào, và anh dụi mắt.

Không thể tin được. Nhưng đúng là Khôi rồi. Gương mặt đang tươi cười kia chính là gương mặt thân thương của con trai anh. Chiến dụi mắt thêm lần nữa. Chỉ có điều, cậu bé trên sân khấu trông thật sáng láng, và nhất là kỹ năng đi xe đạp một bánh thuần thục. Khôi mà có thể làm được như thế hay sao? Chiến chỉ biết rằng, con trai anh được cô Phượng và các huấn luyện viên ở học viện Hoa Xuyến Chi dạy cho kỹ năng tung hứng bóng và đứng thăng bằng trên con lăn thôi.

Vừa nghĩ tới đó, thì một người đàn ông rắn rỏi xuất hiện trên sân khấu. Anh ta tung về phía cậu bé đi xe đạp một bánh chai nước, cậu ta tóm được rất điệu nghệ và đặt chai nước trên đầu, trong lúc vẫn đạp xe vòng quanh sân khấu. Khán giả ồ lên vỗ tay tán thưởng. Chiến và vợ anh thì vừa hồi hộp, lại nửa tin nửa ngờ nên chỉ nín thở hướng lên sân khấu mà quên cả vỗ tay.

Chiếc xe đu đưa giữa sân khấu, cậu bé đạp xe tới lui những đoạn ngắn để giữ cho xe đứng thẳng ở vị trí đã định. Người đàn ông khi nãy vừa tung chai nước cho cậu, tiến lại gần đặt vào đôi bàn tay cậu mỗi bên 4 quả bóng tennis màu xanh chuối. Chiến chợt rùng mình. Một cảm xúc trào dâng trong anh, không rõ là tin tưởng, mừng vui hay sợ hãi. Cậu bé trên sân khấu bắt đầu tung hứng 8 quả bóng trên tay, trong lúc đầu vẫn đội chai nước và hai chân đạp xe tới lui, giữ cho người và xe cân bằng.

Trong tiếng trống thúc liên hồi, cả khán phòng cũng lặng đi, dõi theo từng cử động khéo léo nhịp nhàng của cậu bé diễn viên trên sân khấu. Từng thời khắc qua đi thật căng thẳng và lý thú. Liệu cậu bé sẽ ngã, hay bóng sẽ rơi xuống sàn lúc nào. Hơn năm phút trôi qua, cho đến khi quả bóng đầu tiên trượt khỏi tay cậu, rơi xuống sàn sân khấu, thì tiếng hò reo, tiếng vỗ tay tán thưởng ào lên như muốn làm bật tung nóc Nhà hát.

- Kỷ lục gia Nguyễn Minh Khôi, đạt kỷ lục thăng bằng trên xe đạp một bánh, tung hứng 8 bóng trong thời gian lâu nhất! Kỷ lục gia 13 tuổi đầu tiên của Việt Nam! – Tiếng người dẫn chương trình hét vang.

Chiến bất giác đứng vọt dậy. Đúng là con trai anh rồi. Bên cạnh, vợ anh lặng lẽ khóc. Ngạc nhiên, xen lẫn hạnh phúc quá lớn khiến chị không thể kìm lại cơn nức nở. Chị khó có thể hình dung, cuộc đời này lại còn dành cho chị được những phút giây ngọt ngào đến thế, sau hơn mười năm chịu đựng đắng cay, tủi hờn. Đây quả là một dịch chuyển thần kỳ.

- Thưa quý vị, - Người dẫn chương trình dắt tay Minh Khôi tiến tới phía trước sân khấu, gần với khán giả – Tôi xin được phép tiết lộ một điều, kỷ lục gia nhỏ tuổi nhất hôm nay là một trẻ tự kỷ, từng không được nhà trường thông thường nào chấp nhận vào học. Nhưng em đã vượt qua thách thức đó, để chiến thắng, giành Giải kỷ lục gia hôm nay. Nếu em làm được cuộc dịch chuyển thần kỳ này, thì tôi, và các quý vị ở đây, và hàng triệu khán giả xem truyền hình trực tiếp buổi Lễ này, có thể làm được gì, với cuộc đời chúng ta?

Tiếng vọng ấy, lan mãi lan mãi trong không gian, truyền đi một thông điệp mới, một nguồn năng lượng mới, thúc giục mỗi người.

Bình – tiếng thét xé đêm

Sau sự kiện Minh Khôi trở thành kỷ lục gia ở tuổi mười ba, với biệt tài cân bằng trên xe đạp một bánh lâu nhất (quá 7 phút) trong lúc đầu đội chai nước và tung hứng 8 quả bóng, nhiều báo chí đã viết bài về em. Hầu hết các báo đều tường thuật về quá trình chữa bệnh tự kỷ gian nan của Khôi suốt mười năm trước mà đều thất bại, cho đến khi Khôi gặp được người thầy của cuộc đời mình, thầy Tuệ Tâm, người đã cứu thoát em khỏi vòng lẩn quẩn của một bệnh nhân vô phương chạy chữa và dịch chuyển em trở thành một tài năng được bao người ngưỡng mộ.

Liên tiếp sau đó, điện thoại của học viện Hoa Xuyến Chi liên hồi đổ chuông. Nhiều cha mẹ có con tự kỷ ở khắp đất nước khi đọc được thông tin về Khôi đã gọi điện tới học viện để xin cho con họ được theo học thầy Tuệ Tâm. Thầy không từ chối bất cứ ai, đều bảo họ hãy đưa con đến học viện sớm nhất có thể. Khi các phụ huynh dẫn con mình đến học viện, thì điều đầu tiên mà thầy Tuệ Tâm nói với họ, đó là thầy không chữa bệnh tự kỷ cho các em, mà thầy sẽ huấn luyện các em tiến bộ trong hành vi, sinh hoạt thường ngày, và dần dà tìm ra năng lực riêng của từng em để phát triển. Điều quan trọng không kém sự huấn luyện kiên trì và với cường độ cao, là không khí yêu thương, đồng cảm giữa các em với nhau trong một cộng đồng trẻ tự kỷ. Trong cộng đồng này, mà thầy Tuệ Tâm mới đặt tên là Trường Hoa Xuyến Chi (trực thuộc học viện Hoa Xuyến Chi), các em không thấy mình bị người khác nhìn với con mắt kỳ thị hoặc thương cảm vì sự bất thường, mà các em tự tạo ra một thế giới đặc thù để cùng nhau phát triển theo cách riêng của mình. Đó là một sân chơi khác, với bộ quy tắc khác. Ví dụ, ở thế giới bên ngoài, người ta coi méo miệng là xấu và cả ngày lẫn đêm đều thấy xấu hổ tới mức phải đổ ra cả đống tiền để đi phẫu thuật thẩm mĩ kéo cái miệng lại cho cân bằng như hàng tỉ người trên hành tinh. Còn ở Trường Hoa Xuyến Chi của các em tự kỷ, thì méo miệng được coi là nét đẹp độc đáo. Mỗi khi bạn méo miệng cười, thì ai nấy đều tán thưởng và cười theo vui vẻ đến nỗi bạn ấy còn cố tình kéo cho cái miệng mình méo thêm nữa. Hoặc ở trường học ngoài kia, trong lớp học ai nấy đều phải ngậm chặt miệng giữ trật tự nếu chưa được thầy cô yêu cầu nói. Còn trong trường Hoa Xuyến Chi, nếu bỗng dưng có em nào đó hét lên "ngứa tay quá!" trong giờ học, thì lập tức vài bạn sẽ chạy lại gãi giùm và cô giáo sẽ tới gần xem xét cẩn thận chỗ ngứa ấy là do con gì cắn, nếu ngứa quá, cô sẽ dịu dàng bôi thuốc và xoa cho bạn ấy thật lâu mà chẳng sợ ảnh hưởng tới bài giảng.

Trong số các học trò mới tới trường Hoa Xuyến Chi, có một cậu bé chín tuổi tên Bình. Bình có mái tóc đỏ rất ngầu, đôi mắt lúc nào cũng lim dim như buồn ngủ. Mà buồn ngủ là đúng thôi vì cậu ta chẳng bao giờ ngủ về đêm. Hễ người lớn trông coi cậu lỡ ngủ quên là Bình lập tức trốn ra khỏi phòng, leo tót lên nóc nhà, ngọn cây, ngọn tháp nước, cột điện hay bất cứ chỗ nào cao nhất trong khu vực đó, và rồi đứng trên đỉnh cao chót vót ấy, Bình cất lên tiếng thét chói tai, tiếng thét có thể làm rạn cửa kính. Giá như trong thời chiến tranh, người ta có thể sử dụng cậu vào việc báo động khi máy bay địch tới.

Khi Bình tới trường Hoa Xuyến Chi, cậu được anh Hòa – một huấn luyện viên nhận làm con và chăm sóc ngày đêm. Khi hỏi cặn kẽ bố mẹ Bình thét về thói quen sinh hoạt của cậu, Hòa đoán rằng do ban ngày người trong gia đình đã để cậu bé ngủ nhiều quá, nên tất nhiên ban đêm sẽ thức. Thế là Hòa tìm cách lật ngược lại thói quen này. Anh không cho Bình ngủ ngày nữa. Khi Bình lần vào một xó tối ngồi ngủ gục, Hòa sẽ lôi cậu bé dậy. Ban đầu, Bình thét phản ứng rất dữ, nó bám chặt hai cánh tay dài nghêu ngao như tay vượn vào song sắt cửa sổ và thét vang ra ngoài, đến nỗi những người sống ở các tòa nhà xung quanh đó cũng nghe thấy và chạy ra xem có chuyện gì. Thậm chí có anh cảnh sát khu vực còn vào tận trường hỏi thăm về tiếng thét quái dị thủng màng nhĩ đó. Thực ra, thét lên như vậy, Bình thét chỉ muốn người ta để yên cho nó ngủ.

Nhưng Hòa không bó tay. Biết Bình thét thích mật ong, anh dụ cậu bằng một thìa mật ong mỗi khi lôi cậu ra ngoài. Khi Bình thét tóp tép nuốt mật và liếm môi, lập tức Hòa nhấc cậu ta đặt lên chiếc xe đạp một bánh để luyện tập. Bình thét chỉ đạp lờ vờ vài vòng rồi lại ngã lăn ra. Hòa nâng cậu bé dậy ép chạy xe tiếp tục. Cứ như thế, cả ngày vất vả thầy trò vật lộn với nhau ở hành lang tầng bốn tòa nhà của trường thuê. Buổi trưa mệt nhoài, ăn trưa chưa xong bữa, Bình đã ngủ gục bên bát cơm.

Hoa kiên quyết không cho cậu ngủ, dắt cậu ra ngoài. Cậu điên tiết hét váng cả hành lang.

Quả nhiên biện pháp luyện tập cật lực ban ngày đã hữu hiệu đối với Bình thét. Các học trò trong trường Hoa Xuyến Chi dần dần không bị tiếng thét xé tai của Bình ban đêm thức tỉnh nữa. Ban ngày, bị vắt kiệt gần hết sức lực vào việc luyện tập, ban đêm, Bình thét lăn ra giường là ngủ một mạch đến sáng. Cũng có đôi khi, cậu tỉnh giấc ú ớ nói mớ một hồi, rồi xoay người lại và ngủ tiếp sau khi được anh Hoa vỗ về.

Bố mẹ Bình thét đều là công nhân, sống ở tận tỉnh Bạc Liêu, nên họ ít khi ra tận nơi thăm con, mà chỉ gọi video call cho huấn luyện viên Hoa để xem Bình ăn, tập, học và ngủ. Khi chưa đưa con đi học nội trú, mẹ Bình phải nghỉ việc trông con, kinh tế gia đình khó khăn, hai mẹ con đều gầy rạc như con vạc vì ăn ngủ thất thường, tinh thần sa sút. Không những thế, Bình mấy lần phải đi cấp cứu vì lăn từ trên nóc nhà xuống, và một lần leo cột điện, bị điện giật. Sau khi Bình thét được trường Hoa Xuyến Chi chấp nhận cho vào học nội trú, bố mẹ Bình mừng vui khôn xiết. Bởi ngoài niềm hy vọng con họ được rèn luyện trong môi trường giáo dục đặc thù và sẽ tiến bộ sớm thôi, thì mẹ Bình còn được giải phóng để đi làm trở lại, chung vai gánh vác kinh tế gia đình cùng chồng, và họ có thể nghĩ đến việc sinh đứa con thứ hai. Một tương lai mới không chỉ mở ra cho Bình thét trong thế giới riêng được chế tác dành cho cậu, mà một tương lai mới cũng vừa được mở ra cho chính bố mẹ cậu.

Từ kẻ chuyên gây thương tích thành người có ích

Đô là thằng bé có nước da nâu sẫm, thoạt nhìn, người ta có cảm giác nó đến từ đất nước chùa Tháp. Những u, cục và các vết sẹo trên trán nó khiến người nhìn e ngại. Đô cao bằng một người trưởng thành dù cu cậu mới chỉ mười ba tuổi. Cái tuổi dậy thì đang nổi loạn có ở bất cứ đứa trẻ nào, nhưng với Đô, thì sự nổi loạn ấy lại nhân lên bội phần, bởi cu cậu từng nhiều lần bị bác sĩ kết luận là tự kỷ giai đoạn bốn. Nghĩa là ở mức không chỉ gây nguy hiểm cho bản thân, mà còn gây hại cho những người xung quanh vì hành vi dường như không thể kiểm soát của cậu.

Đô đập đầu vào bất cứ gì xung quanh mỗi khi cậu thích thú, muốn gây chú ý, hoặc giận dữ, hoặc chẳng vì lý do gì. Nhiều lần, mẹ cậu bị choáng khi Đô đập đầu vào đầu mẹ khi mẹ cố đút cơm cho cậu. Chị Thơm, mẹ Đô là nạn nhân đầu tiên và thường xuyên của con trai. Đầu chị cũng nổi các u, cục vì bị con trai đập đầu vào, cục này chưa kịp tan thì cục mới lại nổi lên. Chị Thơm rất cảnh giác mỗi khi lại gần con, nhưng dường như chị luôn thất bại trước những động tác nhanh như chớp của Đô. Có lúc, Thơm đang cúi xuống lồng cái túi ni-lon vào thùng rác, thì khi ngẩng lên, chị bị đập một cú trời giáng vào đầu, lăn ra bất tỉnh. Thì ra, Đô từ phía sau rón rén lại gần mẹ, chờ mẹ ngẩng lên là đập mạnh đầu mình vào đầu mẹ. Đó cứ như là cách thể hiện tình cảm mãnh liệt của Đô vậy. Ở nhà, Đô được đặt biệt danh là Đô đập đầu.

Có lần, chưa lâu lắm, khoảng sáu tháng trước đây, anh Tuyên, bố Đô, một cán bộ cấp cao ngành Ngoại giao, đã dùng cả uy lực của mình, thêm việc đút lót xin xỏ, đã dành được một suất cho Đô vào học ở trường tiểu học Hoa Sữa. Đây là một trường tư danh tiếng, dạy học bằng phương pháp tiên tiến của phương Tây, thu học phí cao ngất ngưởng, và có nhiều con cháu các ông "cốp" trung ương cũng như con cái các đại gia theo học. Đô vào học được nửa buổi thì gây thương tích cho gần nửa lớp học. Bạn nào bạn nấy sưng u đầu vì cú đập như búa bổ của Đô. Bản thân Đô cũng sưng tướng vai cục trên đầu vì trận đập đầu quá đã. Các bạn trong lớp hè nhau xông vào tẩn cho Đô một trận, sau đó Đô được "dẫn độ" lên thầy hiệu trưởng. Thầy hiệu trưởng lo sợ rằng, các phụ huynh học sinh khác sẽ kiện trường vì con họ bị Đô gây tổn thương. Và cậu bị đuổi học chỉ trong vòng một buổi, kỷ lục mới của cậu. Đô đập đầu từng được bố mẹ đưa tới hai chục trường khác nhau, nhưng chẳng chống thì chày, cậu đều bị mời khéo, hoặc bị đuổi thẳng cổ ra khỏi trường.

Nhà Đô liên tục phải tuyển người giúp việc, mà phải là giúp việc nam giới, với hy vọng có đủ sức khỏe để kiểm soát Đô đập đầu. Nhưng cho dù được trả mức lương cao ngang công chức, thì người giúp việc cũng chỉ chịu đựng được vài ngày rồi bỏ đi, sau khi bị Đô đập cho tan nát. Có lần, bố Đô đi công tác, biết vợ ở nhà khó có thể kiểm soát được con trai, nên anh Tuyên đã cho đóng một cái lồng sắt trong nhà, nhốt con trai vào đó.

Đô đập đầu được thầy Tuệ Tâm đón nhận vào trường Hoa Xuyến Chi bằng một lễ đặc biệt. Trực, một huấn luyện viên đô con và có phản ứng nhanh được cử lễ đón Đô. Trực đặt một hộp bóng tennis giữa anh và Đô. Đô lập tức sấn tới đập đầu vào đầu Trực. Trực nhanh hơn, né khéo khiến Đô lao bổ chửng, chúi xuống sàn, nhưng Trực giật tay kéo Đô lại, đặt vào tay cậu hai trái bóng. Đô ném bóng đi, đập đầu tiếp, Trực lại né trong lúc nhặt tiếp hai quả bóng đặt vào tay cậu. Lần này, Trực xoay ra sau lưng Đô, giữ chặt đầu cậu, miệng hét:

- Tung bóng!

Đô vùng vằng muốn thoát ra, nhưng không thoát được, đành tung bóng lên nhưng không đỡ khi bóng rơi.

- Nhặt bóng! – Trực hét lên, buông đầu Đô ra và đập vào hai tay Đô.

Đô không chịu nhặt bóng, lừa Trực để đập đầu anh, nhưng Trực nhanh hơn, giơ tay ra đỡ. Đô bị va đầu vào cùi chỏ của Trực, hoa mắt quay lảo đảo.

Họ quần nhau như vậy suốt bốn tiếng đồng hồ. Cả hai đều mệt lử. Đô chịu xuống nước, nhặt bóng tung hứng nhưng khá chệch choạc. Duy có điều, cả buổi sáng đó, cậu không làm sao đập đầu được cái nào trúng đầu Trực.

Trong lúc cung cấp thông tin nhập học ở trường Hoa Xuyến Chi cho con, chị Thơm cho thầy Tuệ Tâm biết, rằng Đô có biệt tài nhớ ngày tháng rất nhanh và chính xác. Con nhớ tất cả ngày sinh nhật của các thành viên trong gia đình và có một hứng thú đặc biệt với cuốn lịch. Do đó, buổi chiều ngày vào trường đầu tiên, Đô được Trực cho xem một cuốn bloc lịch cỡ lớn, có in hình phong cảnh. Anh bắt đầu nhắc cho Đô biết về ngày sinh nhật của thầy Tuệ Tâm, của cô Phượng, của anh và các thầy cô khác trong nhà trường. Anh thực sự ngạc nhiên khi chỉ cần nhắc một, hoặc hai lần, là Đô đã nhớ được. Anh cũng thử hỏi về ngày sinh nhật của những người trong gia đình Đô, thì cậu đều đọc ra vanh vách ngày tháng, năm sinh của từng người.

Đây quả là một điều lạ. Trực báo thông tin này với thầy Tuệ Tâm. Thầy bảo, Đô là một máy tính sống. Sau này, có thể sử dụng tài năng của Đô vào nhiều việc hữu ích. Thầy cũng gợi ý Trực trong lúc dạy Đô, cần phát triển thêm khả năng nhớ được các câu chuyện từ ngắn đến dài. Trước mắt, cũng giao cho Đô nhiệm vụ nhắc cô Phượng về các ngày sinh nhật của mọi thành viên trong trường để tổ chức lễ mừng.

Sau một tháng, Trực gửi email thông báo kết quả học tập của Đô về nhà cho bố mẹ em. Đô đã bớt thói xấu đập đầu và nhận nhiệm vụ mới: Nhắc nhở viên. Tùy theo khả năng đóng góp của Đô, em sẽ được nhà trường trả một khoản lương tượng trưng. Khỏi nói, bố mẹ Đô đã mừng vui đến mức nào. Họ thậm chí không dám tin rằng, ở đất nước này, giữa thời buổi này, lại vẫn có một ngôi trường như trường Hoa Xuyến Chi, lại có những thầy cô tài năng và dũng cảm nhận dạy dỗ con họ, đứa con từng bị cả trăm lần từ chối.

Thầy Tuệ Tâm cũng yêu cầu ghi hình việc luyện tập và những tiến bộ của Đô đập đầu, cũng như của Minh, Bình thét và các em học trò đặc biệt khác làm thành phim ngắn. Mỗi ngày một phim ngắn được đưa lên kênh Youtube của trường Hoa Xuyến Chi. Các bộ phim này được làm theo kịch bản chung, đó là sự tiến bộ, dù nhỏ nhất, hàng ngày, cũng trở thành nguồn động lực to lớn cho những người khác để vươn lên nắm lấy cơ hội cuộc đời mình, tạo nên sự đổi thay, sự tiến bộ, và thực hiện mơ ước lớn lao. Một thông điệp khác cũng quan trọng không kém, đó là tình yêu thương mà các thành viên là thầy cô giáo, huấn luyện viên, các học trò đặc biệt của trường Hoa Xuyến Chi dành cho nhau. Yêu thương vô điều kiện, giúp đỡ nhau tiến bộ vô điều kiện là giá trị mà mỗi thành viên trong trường trao đi hàng ngày. Thật đáng ngạc nhiên, khi kênh Youtube của trường Hoa Xuyến Chi lại thu hút rất nhiều người xem và bình luận.

Có lẽ trong thời buổi hỗn loạn này, khi con người đua nhau kiếm tìm vật chất, đua nhau thể hiện sự giàu có vật chất, thì đâu đó trong sâu thẳm tâm can mỗi người, vẫn khuyết thiếu ***tình yêu thương, sự thông cảm và thấu hiểu nhau, sẵn sàng sống chết vì nhau*** như những người trong cùng một gia đình, một bộ lạc thời xưa. Đó chính là giá trị cổ có từ những bộ lạc thời xưa.

Và bây giờ, giá trị ấy hiện hữu ở trường Hoa Xuyến Chi.

Thử thách của trời

Sơn "trét" là một thằng bé có dáng to con như đô vật. Năm nay nó mười sáu tuổi, gương mặt vuông lỳ lợm đến phát sợ, đôi mắt trân trối gằm ghè như võ sĩ đấm bốc thượng sàn, lại thêm cái đầu húi cua rắn đinh đe dọa, vai rộng và cái lưng bè bè khiến Sơn "trét" có thể át vía bất cứ đầu gấu nào. Khi Sơn "trét" được bố Tuấn đưa đến trường Hoa Xuyến Chi, thầy Tuệ Tâm đã giao nhân vật đáng sợ này cho trợ lý Trung của thầy.

Vừa nhìn thấy Sơn "trét", Trung chùn ngay lại, thầm nghĩ "Tại sao thầy lại giao cho mình quái vật gì thế này?!". Quả vậy, với một trò đô con, sức lực phi phàm và cái vẻ trây ì hiếm có khó tìm kia, thì Trung có tài thánh cũng không thể khống chế nó được.

Nhưng bên cạnh Trung còn có thầy Tuệ Tâm. Một khi thầy đã nhận Sơn "trét", thì hẳn là thầy có cách gì đó rồi. Mà kể cả thầy không có cách nào, thì ông trời sẽ có. Thầy Tuệ Tâm thường nhắc Trung câu này của Lý Bạch "Trời đã sinh ra ta, ắt để dùng vào việc gì đó". Sơn "trét" có thể là một thách thức lớn mà số phận, cũng như thầy Tuệ Tâm dành cho Trung, xem anh có xứng đáng với con đường mình đã chọn hay không.

Nghĩ vậy, Trung ngồi xuống bên Sơn "trét", vỗ nhẹ vai cậu học trò mới, mỉm cười bảo:

- Từ bây giờ, chúng ta là anh em. Ở đây sẽ có nhiều điều thú vị cùng làm với nhau đấy, Sơn ạ.

Sơn "trét" hất vai, mắt gườm gườm nhìn Trung tỏ vẻ bất cần, nhưng không nói gì. Tuấn, bố Sơn "trét" bắt đầu kể những đặc điểm khó có của con mình cho Trung biết. Trung ghi chép tỉ mỉ để biết cách ứng xử và huấn luyện riêng cho Sơn. Anh Tuấn rơm rớm nước mắt khi kể, anh đã đưa con đi các nơi xin học, nhưng người ta toàn đuổi khéo, có người còn khinh miệt ra mặt, coi con anh là đồ bỏ đi, là cái nợ đời. Suốt mười sáu năm qua, con anh sinh ra đã thiệt thòi vì sự bất cẩn của bàn tay tạo hóa, nhưng xã hội con người này cũng thật ác nghiệt, khi hầu hết mọi người đều kỳ thị con anh, thay vì lòng thương và sự giúp đỡ. Anh cũng từng xin trợ cấp để có kinh phí đi chữa chạy cho con, nhưng không nơi nào xét duyệt đơn, họ chỉ nhận đơn rồi vứt đi đâu đó, hoặc để chìm trong núi hồ sơ không bao giờ được đọc đến. Giá như những con người vô tâm ấy, hãy làm bố của Sơn "trét" trong một ngày thôi, thì họ sẽ hiểu rằng nỗi đau do sự vô tình của họ gây ra cho người thiệt thòi là như thế nào...

Trung kiên nhẫn lắng nghe anh Tuấn, và hứa với anh sẽ chăm sóc, dạy dỗ con anh hết lòng. Tuy vậy, nhìn Trung còn quá trẻ, chỉ hơn thằng con anh bốn tuổi, Tuấn có vẻ nghi ngại, nên anh vẫn nằng nặc xin với cô Phượng và thầy Tuệ Tâm cho anh ngủ lại trường ba đêm đầu tiên cùng con trai mình.

Đêm đó, trong phòng nam sinh, Sơn "trét" quậy phá tưng bừng. Cậu ta dựng hết các dát giường lên và ném rầm rầm vào tường khiến mấy em nhỏ khóc thét. Trung với anh Tuấn và một huấn luyện viên khác cùng nhau khống chế Sơn khá vất vả, tới tận gần mười một giờ đêm thì Sơn thấm mệt và chịu nằm ngủ.

Đêm ấy, Trung ngủ không yên, anh nằm cạnh Sơn và chỉ lo thằng này sẽ vùng dậy lật dát giường của mấy em nhỏ bên cạnh, làm các em ngã. Gần sáng, Sơn trở dậy đòi đi vệ sinh. Nó ở trong đó khá lâu, đến mức Trung lo lắng không biết nó giở trò khỉ gì đây. Khi Sơn trở ra, về lại chỗ nằm, Trung vào nhà vệ sinh thì phát hiện ra Sơn đã trét phân lung tung lên tường, lên gương, bồn rửa, các đồ dùng trong nhà vệ sinh đều be bét cứt. Trung không kìm được, nôn thốc tháo ngay ở cửa nhà vệ sinh. Anh bực tức đánh thức bố Trung dậy:

- Anh dậy mà xử lý đi, thằng con nhà anh nó ỉa ra rồi trét cứt khắp nhà vệ sinh kìa! Ghê quá đi mất, không thể nào chịu được!

Không ngờ, anh Tuấn phản ứng lại:

- Ghê à! Mẹ kiếp! Đầy nhà mong con ỉa còn không được. Thằng Sơn nó ỉa ra cho là may mắn lắm rồi. Cũng may là nó bôi cứt trong nhà vệ sinh, chứ nó bôi ra ngoài này thì dọn còn mệt nữa.

Trung sững người trước câu đáp của anh Tuấn. Vậy ra, trong tâm trí người bố nhiều đau khổ này, đã hình thành nên một ý chí lạ lùng, một cách nhìn tích cực trước điều bất ý mà con mình gây ra. Trung thầm cảm ơn anh Tuấn, và khắc cốt ghi tâm câu nói của anh. Trung biết rằng, sống trong môi trường này, anh đã biết hàng ngày những đứa trẻ tự kỷ gào thét, tự cào cấu mình và tấn công người khác, vệ sinh bừa bãi, phá hoại đồ đạc,… là chuyện bình thường. Ngoài việc anh cần biết kiểm soát cảm xúc, thì anh cũng cần nhận ra rằng, việc các em chưa ngoan, chưa vào nề nếp, chưa phát triển được kỹ năng, là do chính người huấn luyện chưa giỏi, chưa kiên nhẫn, còn lười biếng chưa chu toàn. Các em chưa tiến bộ là do người huấn luyện chưa vượt lên chính mình. Khi anh biết quản lý cảm xúc để xử lý mọi việc sáng suốt, bình tĩnh, vượt qua sự trì trệ lười nhác và suy nghĩ tiêu cực của bản thân, thì những ca khó như Sơn "trét" hay thậm chí khó hơn cũng huấn luyện được.

Trung ngăn anh Tuấn lại khi anh định vào nhà vệ sinh dọn dẹp.

- Anh nghỉ đi, để mắt trông con. Em sẽ dọn. Cảm ơn anh đã nhắc nhở em.

Trung hít một hơi thật sâu. Anh phải cảm ơn Sơn "trét" nữa chứ. Hóa ra, với trò nghịch khủng này, cậu ta đã vừa dạy cho Trung một bài học mới về quản trị cảm xúc, về sự kiên gan bền chí đến tận cùng và tình yêu thương cao vợi. Nếu anh vượt qua thử thách này của ông Trời, huấn luyện được Sơn "trét" thay đổi, thì bao thách thức khác của con người, với anh sẽ chỉ như "muỗi đốt gỗ!" Như ngộ ra chân lý, Trung hào hứng làm việc, dọn sạch nhà vệ sinh trong thoáng chốc. Năng lượng được đẩy lên cao tới mức anh cảm thấy mình có thể dọn sạch cả thế giới.

Không tiến thì biến

Số lượng học trò tự kỷ xin nhập học trường Hoa Xuyến Chi đã lên tới gần bảy mươi trò. Cơ sở vật chất của trường không đủ đáp ứng cho lượng học trò đông đến vậy. Do các em học nội trú nên cần phòng ngủ, các em được luyện tập tung bóng và đi xe đạp một bánh, tập cân bằng trên con lăn nên cần có sàn tập đủ rộng. Chị Phượng – giám đốc điều hành đã đi tìm cơ sở mới cho trường trong suốt tuần qua nhưng chưa tìm được nơi ưng ý.

Vả lại, trong thời gian qua, sức khỏe của Phượng không được tốt. Chị lúc đầu chỉ bị cảm cúm, cứ tưởng uống thuốc là khỏi nên vẫn đi làm. Sau năm ngày uống thuốc, chị hết sốt, người đỡ đau nhưng những cơn ho dài thì không dứt. Càng ngày, chị càng thấy mệt, nên mua thuốc bổ uống. Sức khỏe chẳng cải thiện, nước da chị xanh xao, cân nặng sụt đi bảy ký. Phượng định nghỉ làm vài ngày để dưỡng sức, nhưng công việc ở học viện với những khóa giảng dạy kỹ năng sống đã chèn kín lịch, cộng thêm việc ở trường Hoa Xuyến Chi với biết bao điều phát sinh hàng ngày của các em tự kỷ khó kiểm soát, khiến chị không dám nghỉ.

Phượng định bụng, sau buổi lên lớp sáng nay, chị sẽ tranh thủ giờ trưa, hẹn bác sĩ tư để khám bệnh lại lần nữa xem tại sao chị sụt cân, ho nhiều và luôn bị các cơn hoa mắt chóng mặt, tim đập mạnh và toát mồ hôi.

Hôm nay, Phượng giảng dạy cho một lớp gồm gần một ngàn cán bộ nhân viên của một công ty điện tử. Lớp học có chủ đề "Vượt qua giới hạn bản thân để trở nên xuất sắc vượt trội". Lớp học kéo dài từ tám giờ đến mười hai giờ, có nghỉ giữa giờ mười lăm phút.

Phượng thấy rất mệt, chân tay rời rã và mồm miệng đắng. Chị đã phải trang điểm rất kỹ để giấu đi làn da nhợt nhạt xám ngoét thiếu sức sống. Trước khi bước vào hội trường giảng dạy, chị uống một ly nước tăng lực cho tỉnh táo, dùng kỹ năng kích năng lượng trào sôi mà thầy Tuệ Tâm đã truyền cho chị. Chị tự nhủ mình sẽ ổn thôi.

Bước vào hội trường, nhìn xuống cả ngàn con người phía dưới, Phượng bỗng thấy ngộp thở. Dàn máy lạnh và những chiếc quạt cỡ lớn trong hội trường dường như bất lực với cái oi nóng tháng bảy. Mới đầu giờ sáng mà trời đã quá ngột ngạt. Phượng cùng hai trợ giảng của mình bắt đầu màn khởi động. Màn khởi động này vô cùng quan trọng trong các lớp dạy kỹ năng sống. Nó cần đủ cảm xúc và sức mạnh để cởi một cái nút bó chặt trong tâm trí mỗi người, để họ được thoát khỏi cái vỏ bọc cứng và trở nên tự do, thoải mái đón nhận những ý tưởng, quan niệm mới, thậm chí trái ngược với những niềm tin cố hữu trong họ. Phượng đi lại thoăn thoắt, giơ hai tay, nhảy theo nhạc trên sân khấu, chị cũng hô hét thật lớn để kích năng lượng trào dâng trong hội trường. Ngàn người rùng rùng chuyển động theo chị, không khí nóng lên đúng theo kịch bản quen thuộc.

Bỗng giọng Phượng qua micro như bị xé rách. Một tràng ho dài chặn đứng chị. Phượng bỏ micro, ôm ngực ho rũ trên sân khấu. Chị lảo đảo, xây xẩm mặt mày, rồi một màn đen ập đến trùm lên chị. Phượng ngất xỉu trên sân khấu hội trường. Cả ngàn người trong hội trường đang hào hứng trào dâng năng lượng như một con sóng vươn cao, bỗng như chạm vách đá vỡ ào tuột xuống. Hai trợ giảng hốt hoảng nâng Phượng dậy.

Sau lần bị ngất xỉu giữa buổi giảng dạy, Phượng được điều trị ở bệnh viện ba ngày. Bác sĩ kết luận chị bị viêm phổi nặng và suy kiệt toàn thân, cần nghỉ dưỡng ít nhất nửa tháng. Sau đợt nghỉ ngơi, sức khỏe hồi phục, Phượng đã có một quyết định mới. Chị đến học viện, gặp thầy Tuệ Tâm, người sáng lập học viện, để trình bày ý nguyện của mình.

Thầy Tuệ Tâm vừa kết thúc bài giảng ba mươi phút đầu ngày cho các giảng viên và huấn luyện viên của học viện Hoa Xuyến Chi. Thầy Tuệ Tâm là một người có giấc ngủ lạ. Mỗi đêm, thầy thường chỉ ngủ nhiều nhất là chừng ba đến bốn tiếng đồng hồ. Thầy đi ngủ lúc mười hai giờ đêm, thức dậy lúc ba giờ sáng và thường nghĩ ra một ý tưởng mới nào đó. Thầy sẽ lướt mạng, nghe các bậc thầy về thần kinh học trên thế giới chia sẻ thông tin, hoặc giảng bài trong vòng một tiếng rưỡi. Thầy rút ra vài ý chính trong bài giảng mới nghe được trong đêm, nhập tâm, tự phân tích. Thiền định tiếp trong nửa tiếng và thầy rửa mặt, rung chuông gọi các giảng viên, huấn luyện viên vào phòng họp. Thầy nêu ý tưởng mới, diễn giải, yêu cầu các giảng viên khác phản biện. Bằng cách đó, mỗi ngày thầy Tuệ Tâm nêu ra ít nhất một chủ đề mới về năng lực thần kinh của con người, về khả năng não bộ, sự phát triển vượt bậc của mỗi cá nhân...

Phượng cảm thấy khó mở lời, chị đã từng coi học viện này như ngôi nhà chung ấm áp. Nhưng có lẽ, đã đến lúc chị cần có sự thay đổi, vì sự tồn tại của chính mình:

- Thưa thầy, con muốn xin thầy cho con rời vị trí giám đốc học viện. Sức khỏe của con không cho phép...
- Sức khỏe chỉ là một cái cớ thôi - Thầy Tuệ Tâm chợt ngắt lời Phượng.
- Thưa thầy, thực sự con không đủ khỏe để đáp ứng sức ép công việc quá lớn hiện nay. Khi mà trường Hoa Xuyến Chi cứ phình ra trong học viện mỗi ngày. Số lượng các trò tự kỷ đến với trường ngày một nhiều, mà em nào cũng là một trò khủng. Sức vóc của con, cũng như của trường không còn đủ chứa các em.
- Để thoái thác không làm một việc ta được giao, hoặc thậm chí là ta rất muốn, ta thường viện lý do không đủ: không đủ tiền, không đủ sức khỏe, không đủ tài. Đó chỉ là một rào cản tâm lý. Chị làm việc ở đây hơn năm năm rồi, hẳn chị biết rõ rào cản đó.

Giọng thầy có vẻ bình thản, nhưng Phượng nghe trong đó có tiếng rít của bão gió, có tiếng gầm của sư tử. Chị lo sợ nhìn bàn tay thầy với những ngón bắt đầu nắm chặt lại thành một nắm đấm. Chị biết quá rõ sức mạnh của nắm đấm này. Thầy có thể dùng đến nắm đấm sắt, thụi chị gãy xương sườn, để chị thức tỉnh khỏi cơn mê mụ nhụt chí.

Thầy có thể tạm ứng cho ta một lời khen, nhưng không bao giờ vuốt ve xoa dịu. Khi cần ứng xử với những kẻ thối chí, thầy chỉ có nắm đấm sắt. Kẻ ăn nắm đấm sẽ giận sôi lên, kích nổ một quả bom năng lượng trong hắn, và hắn sẽ lao vào hành động với sức mạnh không gì cản nổi. Khi đạt đến chiến thắng, hắn chợt hiểu ra, và hắn biết ơn nắm đấm sắt của thầy. Cũng có những kẻ bị thầy bạt tai chí chết, hắn căm ghét thầy đến mức thề nguyền sẽ trả thù. Và trong khi thực hiện kế hoạch trả thù với lòng căm hận sục sôi, hắn chợt hiểu rằng, mọi chiến lược hắn thực hiện, đều theo phương pháp của thầy, hắn hận thầy đến mức si mê thầy. Cũng như mọi dòng suối, con sông, cuối cùng đều đổ ra biển cả.

Phượng đứng lên, nghênh mặt, sẵn sàng nhận cái tát của thầy.

Nhưng thầy Tuệ Tâm không tát. Thầy cười khẩy, phẩy tay bảo chị:

- Không tiến thì biến. Hãy biến ngay đi, trước khi quá muộn. Và hãy nhớ rằng, nếu muốn chiến thắng ta, thì chị cần chiến thắng bản thân chị mỗi ngày.

Phượng vừa rời bỏ học viện Hoa Xuyến Chi buổi sáng, thì buổi chiều hôm đó, thầy Tuệ Tâm quyết định di dời học viện sang địa điểm mới là trường Đại học Thành Công. Đội ngũ giảng viên, huấn luyện viên của học viện vẫn vô cùng bất ngờ dù họ rất hiểu tính cách thầy Tuệ Tâm.

Thông thường, khi bị mất đi một người giám đốc điều hành mẫn cán như Phượng, thì thầy Tuệ Tâm sẽ bị hụt hẫng. Nhưng ngay khi Phượng bước chân ra khỏi phòng thầy, thì thầy lập tức hành động, không để những cảm xúc tiêu cực kiểm soát mình. Thầy gọi điện đến một số người quen, bạn học cũ để thăm dò tình hình, và sau một vài thông tin giới thiệu, thầy quyết định chọn trường Đại học Thành Công. Đây là một trường mới thành lập, cơ sở vật chất khang trang, nhưng phòng học và khu ký túc xá còn dư chỗ nên lãnh đạo nhà trường tỏ ra hào hứng đón nhận học viện Hoa Xuyến Chi tới điền vào chỗ trống. Chưa cần ký hợp đồng, thầy Tuệ Tâm đã lệnh cho đội ngũ của mình dịch chuyển đến nơi cư trú mới. Đó cũng là một trong những bí quyết của thầy, đã quyết là hành động ngay sau đó, bỏ qua mọi thủ tục hoặc quy trình rườm rà theo thông lệ.

Hai chuyến xe bus, một chuyến xe tải đã thực hiện xong cuộc dịch chuyển kỳ lạ của thầy trò học viện Hoa Xuyến Chi. Thực hiện lối sống tối giản nên đồ đạc của thầy trò họ có rất ít. Khi tới trường Đại học Thành Công, được dẫn tới nơi lớp học, khu ký túc xá, hội trường, cả thầy và trò đều nhảy lên ôm nhau sung sướng. Phòng học rộng thênh thang, ký túc xá sạch đẹp, hội trường rộng rãi là nơi lý tưởng cho các học trò tự kỷ của trường Hoa Xuyến Chi tập luyện. Các phòng đều được trang bị máy điều hòa nhiệt độ. Nhìn vẻ mặt hân hoan của các giảng viên, huấn luyện viên và học trò trong cơ sở mới, thầy Tuệ Tâm chợt bảo:

- Chúng ta có được những giờ phút vui vẻ này, là nhờ cô Phượng đã bỏ đi. Chúng ta cần biết ơn cô ấy, chính vì cô ấy bỏ đi, khiến chúng ta nhận ra rằng, mình cần dịch chuyển ngay lập tức. Chúng ta đã chịu đựng khó khăn ở cơ sở cũ đủ lâu rồi.

- Cảm ơn cô Phượng ạ - Đám học trò đồng thanh nói vui vẻ.

Phần II Sức hút của hào quang

Kiều Bích Hậu

Có gì mới mỗi ngày?

Huấn luyện viên tên Bảo, một thanh niên chừng hai mươi ba tuổi, có nét mặt thanh tú của một chàng sinh viên điển trai, nhưng lại có dáng vóc của một võ sư với những nhóm cơ vai, tay, ngực, cầu vai, lưng đầy đặn dai chắc ẩn dưới làn da săn nắng. Dường như mỗi cử động của anh, dù không phát ra tiếng, nhưng đều là chuyển động của sức mạnh, của trường lực thầm lặng.

Bảo đang đứng dang chân vững chắc trước mặt thầy Tuệ Tâm, tay trái anh giữ cánh tay phải của một học trò cao hơn anh cả cái đầu. Cậu ta có vẻ nhăn nhó và muốn thoát khỏi tay Bảo. Đó là Tôn "bàn tay sắt", mười bảy tuổi. Tôn mới nhập học tại trường Hoa Xuyến Chi được bảy ngày. Sở dĩ mang biệt danh "bàn tay sắt" là do Tôn có sở thích quái dị, bẻ gãy các vòi nước, chấn song, các thanh chắn, bất cứ vật dụng nào đó dài và cứng đều trở thành nạn nhân của Tôn.

- Có gì mới không? - Thầy Tuệ Tâm hỏi. Đây là câu hỏi đầu tiên thầy thường đặt ra cho mỗi người khi có dịp xuất hiện trước mặt thầy vào đầu giờ sáng.

- Thưa thầy, Tôn "bàn tay sắt" đã xử hết toàn bộ các vòi nước trong khu vực trường. Bộ phận kỹ thuật đã thay vòi nước mới, nhưng con sợ là vài ngày nữa Tôn lại vặn gãy hết. Con đã cấm nó bẻ vòi nước nhưng không được... - Bảo kể tội cậu trò mới của mình.

- Càng "cấm" càng "cứ". - Thầy Tuệ Tâm nheo mắt nhìn Tôn như ước lượng, rồi bảo - Lấy độc trị độc. Biến nỗi sợ thành hành động. Anh cho người đi mua về những thanh sắt dài chừng một sải tay, buộc nó phải bẻ sắt suốt ngày đêm. Bẻ đến khi nào nó nhìn thấy sắt là sợ!

Thầy Tuệ Tâm ngồi trầm tư sau khi Bảo đã dẫn Tôn "bàn tay sắt" ra khỏi phòng thầy. Thầy ghi chép nhanh biểu hiện đặc thù của Tôn vào một cuốn sổ, để tiếp tục tra cứu tài liệu và tính đếm hiệu quả của các phương pháp huấn luyện chung và riêng trong trường hợp này. Mỗi trẻ tự kỷ đều có hành vi kỳ quặc lặp đi lặp lại. Nếu hành vi đó gây hại cho bản thân hoặc người khác, thì cần dịch chuyển trẻ tiếp nhận hành vi mới, xóa bỏ hành vi cũ. Sự dịch chuyển ấy có hai dạng: một là gây hứng thú cho trẻ với hành vi mới, giúp trẻ tập trung vào hành vi mới mà không còn thời gian và năng lượng để thực hiện hành vi có hại, dần dần quên đi hành vi có hại; hai là tạo cú sốc đủ mạnh để trẻ bỏ hẳn hành vi gây hại, ngay sau đó hướng trẻ đến hoạt động tích cực ở cường độ cao, khiến trẻ bận rộn suốt ngày với hoạt động đó, tạo lập thói quen mới, thói quen tích cực cho trẻ.

Trong lúc thầy đang miên man suy nghĩ, thì có tiếng gõ cửa.

- Mời vào! - Thầy lên tiếng, tay gập cuốn sổ ghi chép lại.

Một thanh niên dáng người tầm thước, nước da ngăm ngăm với đôi mắt sáng vừa thông minh, vừa nhẫn nại bước vào phòng. Anh mang theo một cặp giấy căng phồng.

- Chào thầy, con là Vũ Đức. Con đã gọi điện tới thầy hôm qua, xin được gặp… - Người thanh niên ngồi xuống chiếc ghế mà thầy Tuệ Tâm chỉ cho anh, nói chậm rãi.
- Anh từng học ngành gì? - Thầy Tuệ Tâm hỏi trong lúc rót trà cho khách.
- Con là thạc sĩ tâm lý.
- Khá lắm. Vậy anh từng làm gì?
- Con nghiên cứu tâm lý học, đi dạy trường đại học, rồi dạy ở các trung tâm kỹ năng sống, làm diễn giả tự do…
- Tại sao anh tới đây? - Thầy Tuệ Tâm hỏi, rồi nhấp một ngụm trà.
- Con năm nay đã hai tám tuổi. Suốt sáu năm qua con làm các việc theo lộ trình con đã tính toán, nhưng rồi con luôn thấy không hài lòng. Con có cảm giác rằng hình như đây chưa phải là việc dành cho mình, không phải là việc mình thực sự muốn làm. Con nghĩ, có thể mình hợp với việc viết sách – Vũ Đức nói một hồi rồi rút từ trong cặp ra hai tập bản thảo dày cộp – Con đã tập hợp những bài viết của mình thành hai cuốn bản thảo này. Nhưng đồng thời, con lại cũng sợ rằng mình chưa đủ kiến thức để viết sách. Con nghe nhiều anh em nói về thầy, rằng thầy đã chỉ ra con đường cho rất nhiều người đi đến thành công. Con không muốn lãng phí thời gian của mình thêm nữa. Con đến để xin thầy giúp.

- Ta không giúp gì được cho anh đâu - Thầy Tuệ Tâm ngắt lời Vũ Đức - Trừ khi…
- Sao ạ? – Vũ Đức thoáng bối rối, nhưng anh lấy lại điềm tĩnh khá nhanh - Điều kiện của thầy là gì?
- Trừ khi anh giúp tôi. Anh hãy về làm giám đốc điều hành học viện Hoa Xuyến Chi - đó là tên giao dịch, còn thực sự, chúng tôi là một bộ lạc. Một bộ lạc muốn tồn tại được, không chỉ cần thức ăn, mà cần mỗi thành viên gắn kết khăng khít như máu mủ ruột thịt trong gia đình, sống chết vì nhau. Chúng tôi đang thiếu người đảm nhiệm vị trí giám đốc điều hành. Tôi thấy anh đến đây thật đúng lúc.
- Như thế này thì đường đột quá! – Vũ Đức hơi choáng.
- Anh có thích việc này không?
- Có chứ ạ, nhưng con sợ là mình không đủ khả năng.
- Chỉ cần anh thích là đủ. Đừng để nỗi sợ là rào cản anh. Dịch chuyển nỗi sợ thành hành động. Chắc anh chưa biết trước kia tôi làm gì. Tôi từng là một tiến sĩ vật lý, tu học ở Liên Xô, khi về Việt Nam tôi lại làm kinh tế tại các tập đoàn kinh tế lớn của đất nước. Ở tuổi năm mươi, đang đà thăng tiến và kiếm tiền rất khá, thì tôi bỏ ngang đi làm công việc đào tạo kỹ năng sống, và bây giờ làm luôn cả việc huấn luyện trẻ tự kỷ. Mọi người chửi tôi là không có bằng cấp chuyên môn mà lại dám xông vào làm, nhưng đồng thời mọi người cũng xông vào học theo tôi. Ở cái đất nước này, bằng cấp chuyên môn là tất cả, đồng thời không là gì cả. Tôi thích vế thứ hai và tôi dùng thực chứng. Cứ lấy kết quả

ra trả lời cho mọi câu hỏi và sự khiêu khích của đám đông.

- Vâng, thưa thầy. Nếu thầy tin tưởng con, cho con theo học thầy, thì con xin hết mình làm việc ở đây.
- Hết mình chưa đủ. Anh cần làm việc vượt mình. Anh sẽ hứng thú với tiến bộ của mình hàng ngày. Anh sẽ thấy mình mới hơn mỗi ngày. Anh sẽ chiến đấu liên miên với bản thân để luôn tốt hơn, giỏi hơn mình hôm qua.
- Vâng, con chỉ mong muốn đúng điều đó. Tự con, con không thể túm tóc mình nhấc lên. Thầy nói thầy cần con, nhưng chính là con cần thầy. Con xin được làm một phần của bộ lạc Hoa Xuyến Chi.

Thầy Tuệ Tâm giơ hai tay lên, Vũ Đức cũng giơ hai tay, đập mạnh vào lòng bàn tay thầy. Nghi thức bày tỏ nhất trí trong bộ lạc khiến thầy, trò không còn khoảng cách. Thầy đứng lên, mở tủ rượu lấy ra một chai Whisky, rót Vũ Đức một ly, thầy một ly. Công cuộc tìm thầy và tuyển người tại học viện Hoa Xuyến Chi đã diễn ra chóng vánh như vậy, và thường thì nó vẫn thế.

Vũ Đức sau sáu năm lang thang, đã tìm ra ngôi nhà chính thức của mình. Anh có thể yên tâm cống hiến suốt cả đời mình. Hạnh phúc nhất đối với anh là tìm được người thầy thực sự. Trước khi đến đây, anh đã tìm hiểu rất kỹ thông tin về thầy Tuệ Tâm. Có nhiều ý kiến phản bác thầy, nhưng những kết quả của học trò thầy đạt được trong hơn mười năm qua đã chứng tỏ, thầy có một năng lực huấn luyện khác thường, con mắt nhìn ra nhân tài và kích thích họ vượt qua mọi giới hạn để vươn tới đỉnh cao. Vũ Đức cũng hiểu khao khát mãnh liệt của thầy, đó là kích hoạt tiềm năng người Việt ở mức cao nhất, phát triển vượt trội, và khiến tâm người Việt sáng hơn. Việc đi theo một người thầy như thế, anh chỉ cần ghi chép lại, là sẽ có được bộ sách để đời, với thông điệp giá trị nhất để làm người.

Lực hấp dẫn

Trong số bảy chục học trò tự kỷ của trường Hoa Xuyến Chi, có bảy em dẫn đầu về biệt tài kỹ năng ba môn phối hợp: tung bóng, đội chai, đi xe đạp (hoặc thăng bằng trên con lăn). Đó là Khôi, Đô, Bình, Tony, Hải, Vân Anh, Kim. Khôi đã đoạt danh hiệu kỷ lục gia về tung 8 bóng, đội 1 chai nước, đi xe đạp 1 bánh trong thời gian lâu nhất, còn Hải đoạt danh hiệu kỷ lục gia về tung 3 bóng, đội 3 chai nước, đứng trên 3 con lăn trong thời gian lâu nhất. Năm em còn lại trong Top 7 đều đã đoạt các danh hiệu "Biệt tài tí hon".

Trường Hoa Xuyến Chi đã trở thành một thương hiệu giáo dục uy tín trong lĩnh vực đặc thù: giáo dục, huấn luyện trẻ tự kỷ thành tài. Triết lý "Có tật ắt có tài" của thầy Tuệ Tâm – người sáng lập học viện và trường Hoa Xuyến Chi được nhiều bài báo nhắc đến, được coi như một phát kiến táo bạo nhất trong lĩnh vực giáo dục đặc biệt. Bộ sách dạy kỹ năng sống gồm 9 tập do đội ngũ giảng viên trường Hoa Xuyến Chi biên soạn được phát hành vào các trường phổ thông với số lượng lên tới hơn 5 triệu bản.

Liên tiếp những thành công của trường Hoa Xuyến Chi khiến trường có sức hút mạnh mẽ. Giới nhà giàu bắt đầu để mắt tới sự thành công của trường. Thầy Tuệ Tâm và giám đốc Vũ Đức đã tiếp kiến một số nhà đầu tư trong lĩnh vực giáo dục đến thăm nhà trường. Họ ngỏ ý muốn đầu tư, mở rộng mô hình giáo dục đặc biệt theo phương pháp của thầy Tuệ Tâm phát kiến ra. Thậm chí, một số chuyên gia giáo dục quốc tế cũng đã đến thăm quan trường Hoa Xuyến Chi, phỏng vấn phụ huynh, giảng viên, huấn luyện viên và thầy Tuệ Tâm, và bày tỏ sự ngưỡng mộ trước thành quả của phương pháp huấn luyện đặc biệt cho trẻ tự kỷ ở đây. Họ cũng thể hiện mong muốn được nghiên cứu kỹ lưỡng phương pháp giáo dục trẻ tự kỷ của thầy Tuệ Tâm để đưa vào các hội thảo khoa học quốc tế, phát triển phương pháp này thực sự hiệu quả rộng rãi trên toàn cầu.

Thầy Tuệ Tâm cùng đội ngũ giảng viên, huấn luyện viên trường Hoa Xuyến Chi rất hào hứng với những tiềm năng mới mở ra trước mắt. Thầy lập tức triển khai nhóm biên soạn nội dung bộ giáo trình huấn luyện trẻ tự kỷ theo phương pháp thiền động trong môi trường sống theo phong cách sống bộ lạc. Các trẻ tự kỷ, khi tới với trường Hoa Xuyến Chi, các em sẽ sống nội trú, tạo thành một bộ lạc khăng khít. Không cần quá nhiều giảng viên và huấn luyện viên, bởi tự các em đã có thể huấn luyện cho nhau, em lớn huấn luyện em nhỏ hơn, em đã thành thạo kỹ năng sẽ dẫn dắt em mới nhập học. Cứ như vậy, các em phát triển thành người có ích, trong một cộng đồng bình đẳng, không bị kỳ thị, không bị phân biệt, bởi ai cũng giống ai. Điều vui mừng nhất đối với các em, đó là dịch chuyển từ "người đáng thương", trở thành "người phi thường". Chẳng hạn như trường hợp của bé Tony ở Quảng Ninh. Bố mẹ em thường có cảm giác xấu hổ mỗi khi đưa em ra ngoài. Tony thích phá tung khóa, hoặc phéc-mơ-tuya bất cứ cái túi, cặp nào hiện ra trước mắt em rồi giũ tung đồ bên trong ra ngoài. Mỗi khi bố mẹ cho em đi chơi bên ngoài mà lơ là một chút xíu thôi, là Tony đã giật một cái túi của người khác, mở tung khóa làm cho bố mẹ em rất xấu hổ. Những hành vi kỳ cục của em khiến người ngoài nhìn em với ánh mắt thương hại, khiến những tiếng xì xào rì rầm luôn nổi lên sau lưng bố mẹ Tony. Có người ác miệng còn nói, không biết kiếp trước bố mẹ Tony ăn ở ra sao mà kiếp này sinh ra đứa con kỳ cục vậy, bị đày ải suốt đời. Khi Tony được vào sống trong trường Hoa Xuyến Chi, em đã bớt thói xấu phá khóa lục túi người khác. Hơn nữa, em được thầy cô phát hiện năng khiếu thuyết trình bằng tiếng Anh, huấn luyện cho em một bài thuyết trình dài tới 5 phút. Và chẳng bao lâu sau, Tony đã trở thành một người dẫn chương trình xuất sắc trong ngôi nhà chung Hoa Xuyến Chi. Nhà trường thường tổ chức những chương trình biểu diễn tài năng, đưa các em đi biểu diễn ở các nơi mà thầy Tuệ Tâm giảng dạy kỹ năng sống. Chương trình 15 phút biểu diễn tài năng của các em tự kỷ trường Hoa Xuyến Chi đã trở thành màn khởi động sung nhất, hấp dẫn nhất mở đầu cho các bài giảng kỹ năng sống của thầy Tuệ Tâm. Trước một cộng đồng các doanh nhân khởi nghiệp, thầy Tuệ Tâm thường khuyến khích, rằng các bạn đã thấy những gì mà một trẻ tự kỷ có thể làm được, thì không đỉnh cao nào là không thể chinh phục đối với những người được tạo hóa ban cho nhiều may mắn hơn như các bạn.

Tuy đã tiếp xúc với một số nhà đầu tư tiềm năng, nhưng thầy Tuệ Tâm vẫn chưa quyết định sẽ chọn nhà đầu tư nào để đi đường dài với thầy trò trường Hoa Xuyến

Chi. Thầy mong muốn tìm được nhà đầu tư đủ tâm, tầm, và không quá kỳ vọng vào mục tiêu lợi nhuận tài chính trong ngắn hạn. Có một đại gia bất động sản tìm đến thầy Tuệ Tâm, bảo rằng, ông ta nhìn thấy ở trường Hoa Xuyến Chi một cái mỏ kim cương. Ông sẽ thuê một đội ngũ các nhà khoa học lập nên một công trình nghiên cứu khoa học bài bản nhất, dựa trên thành công thực tế trong huấn luyện trẻ tự kỷ thành tài của nhà trường. Từ công trình khoa học được công nhận, lập giáo trình lý thuyết giảng dạy, lập dự án xin quỹ đất, đầu tư mở rộng nhà trường, thu hút cả trăm ngàn trẻ tự kỷ khắp cả nước về học tập, sinh sống, thậm chí thu hút cả học trò tự kỷ ngoại quốc về đây, tạo nên một nền tảng, một thế giới mới của người tự kỷ, sẽ thu hút nguồn tài chính lớn từ các chính phủ, và các tổ chức phi chính phủ,…

Nhìn ra ánh mắt hau háu lộ rõ bản chất tham lam của vị doanh nhân bất động sản, thầy Tuệ Tâm chỉ cười nhẹ, cảm ơn sự quan tâm của ông ấy và hẹn gặp lại. Vị doanh nhân ấy sẽ chẳng thể nào chấp nhận mục đích của thầy Tuệ Tâm, đó là phát triển tài năng cho từng em tự kỷ một cách toàn vẹn nhất, cho các em được sống trong môi trường đầy yêu thương và tự do, không bị sức ép tiền bạc nào.

Chưa tìm ra được một nhà đầu tư nào thực sự thấu cảm được thế giới tinh thần của trẻ tự kỷ, nhưng thầy Tuệ Tâm vẫn tin rằng, sẽ đến một lúc nào đó, lý tưởng của thầy sẽ được ai đó hiểu ra, tự nguyện liên kết và đồng hành. Khi nhà đầu tư tốt chưa đến, mỗi người trong học viện Hoa Xuyến Chi, trong nhà trường, cũng chính là nhà đầu tư. Họ đầu tư tâm sức, niềm tin, tình yêu và đam mê. Và niềm hạnh phúc mà họ có được chính là việc tìm ra sứ mệnh của mình ở nơi đây, phát triển các em tự kỷ và phát triển chính mình, được sống tận lực trong từng giây phút và khám phá tiềm năng của mình từng giây phút.

Người ngoài hành tinh

Bé Ngọc được đưa từ Đà Lạt xuống trường Hoa Xuyến Chi nhập học. Em được mọi người đặt cho cái nick là "Người ngoài hành tinh". Ngọc là một bé trai lên tám tuổi, đẹp lạ kỳ với gương mặt thanh tú, sống mũi thẳng, cao gọn, đôi mắt to với đường mi trên như cánh cung và sự tĩnh lặng của đôi mắt như hồ nước trong vắt khiến người ta luôn mê mẩn ngắm cậu bé.

Ông Tùng, bố của Ngọc là một đại gia thành đạt trong ngành du lịch và bất động sản. Ngọc là con út của ông với người vợ thứ ba, cô Thanh, một phụ nữ trẻ xinh đẹp. Thanh từng làm hướng dẫn viên trong công ty du lịch S Travel của ông Tùng. Sau khi yêu và lấy ông, Thanh trở thành Giám đốc tài chính của S Travel. Họ sinh hạ một con gái khấu khỉnh và thông minh. Mười năm sau khi sinh đứa con gái, cô Thanh mới sinh tiếp đứa con thứ hai, là trai, nhưng thực không may, cậu bé này lại mắc chứng tự kỷ, và còn thêm các cơn động kinh.

Có điều kiện kinh tế, ông Tùng và vợ đã đưa con trai đi chạy chữa khắp nơi, thậm chí cô Thanh từng ở với con suốt hai năm trời bên Mỹ để chữa trị, nhưng cậu bé Ngọc chẳng tiến bộ được là bao. Thất vọng, Thanh đưa con về nước và xem được một chương trình trên truyền hình, đưa tin về tài năng của những đứa trẻ tự kỷ được học trong trường Hoa Xuyến Chi, cô bàn với chồng đưa Ngọc tới nơi này.

Khi ở nhà, Ngọc được chăm sóc theo chế độ như một hoàng tử bé. Cậu có một bảo mẫu, một cô giáo và một bác sĩ riêng. Khi nhập học cho con ở trường Hoa Xuyến Chi, ông Tùng một mực xin với thầy Tuệ Tâm và giám đốc Vũ Đức, cho con mình được chăm sóc với chế độ đặc biệt như ngủ riêng một phòng, có riêng một thầy dạy chữ, có riêng một huấn luyện viên vừa rèn kỹ năng vừa chăm sóc chuyện ăn uống, vệ sinh cá nhân cho Ngọc. Ông Tùng chấp nhận trả chi phí cao cho những yêu cầu đặc biệt đó.

Tuy nhiên, thầy Tuệ Tâm nhất quyết không đáp ứng những nhu cầu ấy của ông Tùng. Thầy cho rằng, Ngọc cần ngủ chung, ăn chung với các bạn, việc học và huấn luyện cũng vậy. Điều vô cùng quan trọng đối với trẻ tự kỷ, đó là đưa các em vào cộng đồng, hòa nhập cộng đồng giúp các em cân bằng trở lại – "Sống chết nhờ cộng đồng" – thầy Tuệ Tâm nhắc đi nhắc lại thông điệp đó. Không ai có thể tách ra khỏi cộng đồng mà có thể phát triển và sống hạnh phúc được.

Vợ chồng ông Tùng dù không được chấp nhận những yêu cầu riêng cho con, nhưng vẫn để con lại học nội trú trong trường. Họ để Ngọc lại đó mà trong lòng thấp thỏm không yên. Cô Thanh xót con trai, cứ khóc thút thít suốt trên đường trở về nhà. Còn ông Tùng vừa thỉnh thoảng an ủi vợ, vừa miên man suy nghĩ. Ông phải tìm ra một cách nào đó để con ông có được điều kiện sống tốt hơn, dù là vẫn theo học ở trường Hoa Xuyến Chi.

Đúng như lo lắng của ông Tùng, "người ngoài hành tinh" ngay đêm đầu tiên đã không thể nào chấp nhận được việc mình ngủ trong một phòng cùng với gần ba chục trẻ khác. Trong một căn phòng rộng chừng ba mươi mét vuông, những tấm chiếu trúc được trải xuống sàn nhà, cùng gối, chăn mỏng. Mỗi tấm chiếu trúc dành cho hai em nằm chung. Vào lúc 21h 30 tối, tất cả các em đã nằm xuống chiếu, em thì giơ hai chân guồng như đạp xe, em thì hoa tay múa may, em thì rít lên những tiếng như chuột cắn nhau,... Nhưng "người ngoài hành tinh" không chịu nằm xuống cái chiếu ở góc phòng cùng một bạn trai khác tên Hòa sếu, mà cậu cứ đứng lên hét vang phòng, rồi chạy bừa đi, vấp phải chân các bạn, ngã bổ chửng, lại lồm cồm bò dậy.

Huấn luyện viên tên Đoàn tóm được "người ngoài hành tinh", mang trở lại tấm chiếu trúc góc phòng. Ngọc rú lên thê thảm, ghé miệng định cắn vào cánh tay Đoàn khi anh đang giữ chặt cậu không cho chạy càn. Tụi trẻ trong phòng ngủ nhốn nháo, đứa hét theo, đứa cũng nhỏm lên khiến các thầy, các huấn luyện viên lại một phen phải ra tay trấn giữ. Đúng lúc ấy, Daniel Nguyễn, một học trò Việt lai Mỹ, giơ tay lên nói:

- Cho con nằm cạnh Ngọc. Con sẽ hát cho Ngọc nghe.

Được huấn luyện viên đồng ý, Daniel Nguyễn tiến đến bên cạnh Ngọc, nắm tay "người ngoài hành tinh" và nhìn vào mắt em nhỏ, cất tiếng hát:

"Có một ngôi làng nhỏ, chẳng giống như bao làng. Nơi đây chỉ toàn lũ trẻ nhỏ, bị mọi người lánh xa. Chúng không theo quy tắc, đêm chơi và ngày ngủ, chẳng bao giờ lớn lên. Chúng vui chơi nghịch ngợm, khóc khi vui và cười khi đau. Nơi đây lũ trẻ nhỏ sống bên nhau, như những thiên thần. Như những thiên thần…"

"Người ngoài hành tinh" nhìn Daniel Nguyễn, nhưng đôi mắt đẹp trong vắt ấy dường như nhìn vượt qua người đối diện, hướng về một nơi xa xăm nào đó. Chỉ có điều, cậu ta không vùng quẫy chòi ra nữa. Ngọc ngồi im lặng và Daniel cứ hát. Một lúc sau, những giọng hát khác cũng cất lên, hòa theo giọng của Daniel. Các huấn luyện viên bỗng ngẩn ra, khi họ chứng kiến một điều kỳ diệu, linh thiêng như trong không gian một nhà thờ lớn với ban thánh ca ngân vang.

Và rồi, "người ngoài hành tinh" chịu nằm xuống cạnh Ngọc, khép đôi mắt tuyệt đẹp và kỳ lạ của cậu lại. Có ai đó đã tắt đèn trong phòng ngủ, màn đêm như tấm chăn nhung huyền nhẹ nhàng phủ lên những tấm thân bé bỏng, xoa dịu những rối loạn, an ủi những sai quấy của tạo hóa, trả lại sự bằng an cho tất cả.

Đóng gói xuất khẩu toàn cầu

Trên sân khấu hội trường nhỏ, "công chúa" Vân Anh nắm tay Ngọc - "người ngoài hành tinh" sóng đôi trên hai xe đạp một bánh. Chúng lượn thành vòng tròn, rồi bắt chéo thành hình số tám, tiếp đó đi hình số ba thật khéo léo. Với hai bím tóc nhỏ xinh, nụ cười tươi thơm như cánh hồng buổi sớm thắp sáng gương mặt thiên thần, Vân Anh thật xứng danh "công chúa" của trường Hoa Xuyến Chi. "Công chúa" và "người ngoài hành tinh" thường cặp đôi với nhau trong những lần nhóm ngôi sao của trường biểu diễn tài năng.

Lần này là có khách quý tới thăm trường. Ngài Lý Nguyễn là một nhà khoa học Việt kiều, sinh sống tại thành phố New York của Mỹ. Ngài cũng đồng thời là một doanh nhân, kinh doanh bằng chính những thành quả khoa học mà ngài đạt được. Hệ thống Home Health Care – chuỗi dịch vụ chăm sóc và chữa bệnh tại nhà do Tập đoàn công nghệ sức khỏe của ngài Lý Nguyễn sở hữu hiện đang thành công không chỉ ở nước Mỹ, mà còn vươn ra nhiều nước khác trên toàn cầu. Hôm nay, ngài Lý Nguyễn tới thăm trường Hoa Xuyến Chi, với mục đích tìm hiểu phương pháp huấn luyện trẻ tự kỷ thành tài của thầy Tuệ Tâm – người sáng lập trường Hoa Xuyến Chi.

Sau màn biểu diễn thành công của cặp đôi "công chúa" Vân Anh và Ngọc - "người ngoài hành tinh", là đến màn biểu diễn của Khôi – kỷ lục gia với kỹ năng đi xe đạp một bánh, đội một chai nước và tung hứng 8 bóng. Ngài Lý Nguyễn đã ấn tượng với màn biểu diễn này tới mức ông đứng vụt lên, chạy tới gần sân khấu và vỗ tay hồi lâu. Khi Khôi kết thúc màn biểu diễn, tiếng vỗ tay của bao thầy trò trong hội trường cùng vang lên, thì ngài Lý Nguyễn chạy lên sân khấu ôm chầm lấy Khôi rồi bắt tay em lắc lắc nồng nhiệt.

- Thực kỳ tài! Kỳ tài! – Ngài Lý Nguyễn nhắc đi nhắc lại khi trở về chỗ ngồi của mình.

Thầy Tuệ Tâm kéo ngài Lý Nguyễn về phòng làm việc riêng của thầy trong trường. Thầy lôi trong tủ ra chai rượu quý, rót một ly mời ngài Lý Nguyễn.

- Sau khi xem các cháu biểu diễn, ông Lý có ý tưởng gì mới không? – Thầy hỏi.
- Cần phải có một công trình khoa học nghiêm túc về kết quả bất ngờ này của thầy. – Lý Nguyễn nói. – Bên y khoa nhất định phải sử dụng công trình này nhân ra rộng rãi phục vụ cho cộng đồng người tự kỷ. Thầy đã tiến hành viết công trình này ra chưa? Ý tôi muốn nói là một công trình khoa học viết ra trên giấy một cách chuyên nghiệp nhất, và từ đó tổ chức các hội thảo khoa học bài bản trên kết quả mà công trình đưa ra...
- Chúng tôi chưa viết ra một bản giấy nào về công trình này. Tôi nghĩ rằng đây là y học thực chứng. Chúng tôi có những trường hợp thành công cụ thể. – Thầy Tuệ Tâm nhăn trán – Chúng tôi không muốn phí thời gian vào những quy trình cũ trong việc công nhận

một liệu pháp y học. Chúng tôi vững tin vào phương pháp mới của mình.

- Tôi biết là thầy không muốn làm theo cách cũ – Ngài Lý Nguyên đặt ly rượu xuống bàn – Tuy nhiên, tôi muốn liên kết với thầy. Hệ thống Home Health Care của chúng tôi sẽ tích hợp thêm một sản phẩm mới dành cho người tự kỷ, đó là phương pháp tự huấn luyện tại nhà, cải thiện chức năng, dựa trên sáng kiến của thầy và trường Hoa Xuyến Chi. Thầy biết đấy, mặc dù phương pháp của thầy cho kết quả phi thường, nhưng hiện nay trường Hoa Xuyến Chi mới chỉ nhận chữa được một trăm cháu tự kỷ, con số quá thấp so với số lượng người tự kỷ ở Việt Nam là một triệu người. Với sự liên kết của tôi, phương pháp của thầy sẽ được nhân rộng lập tức ra toàn thế giới mà không cần phải đầu tư xây các cơ sở vật chất theo kiểu truyền thống.

- Nghe khá hấp dẫn đó, ông hãy nói tiếp đi – Thầy Tuệ Tâm gật gù – Cụ thể chúng ta có thể triển khai như thế nào?

- Trước tiên, chúng ta cần chuẩn hóa bài huấn luyện trong một cuốn sách hướng dẫn, và sản xuất bộ dụng cụ tự luyện tập ở nhà. Chúng ta sẽ bán bộ dụng cụ này, kèm sách hướng dẫn sử dụng. Hệ thống Home Health Care sẽ cung ứng phần mềm dạy online cho người tự kỷ. Cùng với việc quảng bá, thì chỉ trong thời gian không dài, chúng ta sẽ phổ biến được phương pháp hiệu quả của thầy và thu được nguồn kinh phí khổng lồ. Thầy sẽ được nhận tỷ lệ phần trăm lợi nhuận trên mỗi sản phẩm bán ra, hoặc thầy bán đứt phát minh của thầy cho chúng tôi.

- Nghe ông nói thì thật hấp dẫn, nhưng trong sự phát triển theo hướng này, thì lại mâu thuẫn với ý tưởng của tôi.

- Như thế nào? – Ngài Lý Nguyễn nhướng mắt hỏi.

- Làm theo cách đó, từng người tự kỷ vẫn bị tách rời và khó có thể cống hiến tài năng cho cộng đồng. Tôi muốn đưa họ vào những cộng đồng nhỏ ở quy mô bộ lạc, như bộ lạc Hoa Xuyến Chi này, với mục đích là họ tìm thấy hạnh phúc trong việc sống đồng cảm, hỗ trợ lẫn nhau, cần cho nhau, cùng nhau phát triển.

- Lý tưởng của thầy rất hay, nhưng để thực hiện nó thì còn xa vời, như việc đi tới chủ nghĩa cộng sản vậy - Ngài Lý Nguyễn cười khì khì – Trong khi đó, liên kết với tôi theo cách của tôi, phương pháp của thầy sẽ lập tức hỗ trợ được cho rất nhiều người tự kỷ, và thầy nhanh chóng thu được rất nhiều tiền. Thầy hãy nghe tôi: đóng gói xuất khẩu toàn cầu sản phẩm của thầy đi. Và thầy sẽ nhanh chóng nổi tiếng vang dội. Thậm chí, thầy còn có thể đoạt giải Nobel y học ấy chứ.

- Tôi sẽ bị giới chuyên môn y học nước này xé xác trước khi nhận được giải thưởng tuyệt vời ấy – Thầy Tuệ Tâm cũng cười. – Cảm ơn đề nghị sáng suốt của ông, nó rất mới và mở ra một hướng tiếp cận rất tiềm năng. Nhưng tôi đòi hỏi ông đi xa hơn việc chỉ phân phối sản phẩm và thu lợi. Hãy nghĩ đến một con đường dài cho mỗi người tự kỷ và hạnh phúc làm người của họ.

Ngài Lý Nguyễn tắt nụ cười, trầm ngâm nghĩ ngợi, ly rượu mạnh xoay xoay trong tay.

Làm phim đời mình

Trợ lý Trung được thầy Tuệ Tâm gọi vào phòng thầy gặp lúc bốn giờ ba mươi phút sáng. Hẳn là có chuyện gì quan trọng lắm đây, Trung đoán thế, vì thường vào giờ này thầy Tuệ Tâm còn đang thiền, để tâm trí sáng suốt trước khi bước vào khóa giảng khởi động ngày mới lúc năm giờ sáng cho các giảng viên, huấn luyện viên trong học viện Hoa Xuyến Chi.

Vừa bước vào phòng, Trung đã thấy thầy Tuệ Tâm đang ngồi xếp bằng tròn trên chiếc xô pha lớn bọc vải màu nâu. Thầy thường ngủ luôn trên chiếc xô pha này. Trên bàn cạnh xô pha, là cuốn sách "Nghĩ giàu làm giàu" nổi tiếng của Napoleon Hill. Có lẽ đêm qua thầy đã đọc cuốn sách này. Thầy Tuệ Tâm là người đi ngủ với sách, mỗi đêm, thầy đọc xong một cuốn sách, cho dù cuốn đó dày cả ngàn trang đi nữa. Những sách được thầy chọn đọc, thường là sách của các bậc thầy về kỹ năng sống, hoặc khoa học thần kinh trên thế giới.

- Có gì mới không? – Thầy Tuệ Tâm hỏi câu hỏi quen thuộc đầu ngày, trong lúc vẫn ngồi xếp bằng trên xô pha.
- Đêm qua con nằm mơ gặp anh Bằng – Trung ngồi xuống cái ghế vuông mềm cạnh xô pha – Anh ấy hỏi con có học được điều gì bí mật của thầy thì cho anh ấy biết với.

- Vậy theo cậu thì điều bí mật ấy là gì? – Thầy Tuệ Tâm hỏi lại.

- Thưa thầy, nếu biết thì nó không còn là bí mật nữa.

- Vậy với cậu, thì điều ý nghĩa nhất cậu học được ở đây là gì? Điều mà cậu muốn chia sẻ với nhiều người nhất?

- Đó là "Làm phim đời mình" ạ – Nét mặt Trung tươi tắn hẳn lên – Đó là bài giảng đầu tiên con nghe được từ thầy mà không phải được nghe trực tiếp. Nhưng qua thời gian con được làm việc bên thầy, trở thành trợ lý của thầy, con càng thấm thía điều ấy.

Quả vậy, chính chủ đề "Làm phim đời mình" có sức hấp dẫn đến nỗi, đã lôi kéo Trung đến với thầy Tuệ Tâm bằng được, và khiến cuộc đời anh rẽ sang một bước ngoặt, từ một kẻ bị coi là bất tài, ăn hại và phá phách, thành một chàng trai trẻ có mục đích sống rõ ràng, một người thầy truyền động lực đầy cuốn hút. Khi anh tìm được thầy Tuệ Tâm, là lúc anh không còn lãng phí thời gian cuộc đời, không còn lãng phí năng lượng vào những việc vô nghĩa nữa, anh đã tìm được con đường đi cho mình.

Thầy Tuệ Tâm đã xuất hiện đúng lúc Trung cần đến một người thầy chỉ hướng đi cho mình. Hai năm về trước, khi đó Trung còn sống với bố mẹ và anh trai ở vùng đất Kinh Bắc, nhưng anh có hình ảnh tệ hại trong mắt bạn bè, thầy cô và gia đình. Ở Trường anh không chịu học và ương bướng với thầy cô, ở nhà, anh phá phách và cãi láo với bố mẹ. Ai cũng cho rằng Trung học dốt, lỳ lợm không thể dạy bảo được, hết thuốc chữa, phá gia chi tử,… Bao nhiêu tiếng xấu trên đời đều được người ta gán cho anh, không ai nhìn thấy ở anh một thanh niên thông minh, nhiều năng lượng. Khi dường như tất cả đều bó tay trước những phá phách và những cuộc chơi bời ngày càng dữ dội của Trung mà mọi đòn roi, chửi bới, thậm chí nước mắt của cha mẹ cũng không chuyển biến được anh, thì anh trai Trung đã dẫn Trung đến gặp Bằng – một thầy giáo chuyên dạy về NLP (phương pháp lập trình ngôn ngữ tư duy).

Thật bất ngờ khi vừa gặp, Bằng đã vỗ vai Trung bảo: "Anh biết, chú là thằng rất giỏi, chỉ có điều chú chưa biết hướng năng lượng của mình vào việc thích hợp. Nếu chú muốn, anh sẽ bày cách.". Khi được Bằng phổ biến về NLP, được anh huấn luyện trực tiếp, Trung đã tỏ ra rất hứng thú với kiến thức mới. Dần dần, Trung hòa đồng với bạn bè hơn, có mong muốn tiến bộ. Trung ngừng các cuộc chơi bời phá phách và thực sự quyết tâm lập kế hoạch thay đổi cuộc đời mình.

Sau hơn mười buổi được anh Bằng huấn luyện, Trung có hỏi anh một câu "Làm thế nào để em tiến bộ được nhanh nhất, tốt nhất?". Bằng trả lời ngay: "Em tìm được thầy Tuệ Tâm là đỉnh. Thầy sẽ chỉ ra cho em con đường và cách đi nhanh nhất." Bằng cũng cho Trung biết, anh từng theo học một khóa của thầy Tuệ Tâm, và thầy chính là người đã thay đổi cuộc đời anh, anh luôn biết ơn thầy về điều đó.

Nghe vậy, Trung càng khao khát được gặp thầy. Anh lập tức lần mò trên mạng, tìm những thông tin về thầy

Tuệ Tâm. Những thông tin đầy ắp về thầy trên mạng khiến Trung say sưa đọc suốt cả đêm hôm ấy. Trung được biết thầy Tuệ Tâm là người sáng lập học viện Hoa Xuyến Chi, chuyên giảng dạy, huấn luyện kỹ năng mềm. Trung háo hức xem thầy livestream một chương trình có chủ đề lạ "Làm phim đời mình". Anh thực sự như bị thôi miên và thông điệp mà anh khắc cốt ghi tâm từ chương trình này của thầy Tuệ Tâm, đó là "Nhân vật chính trong phim có lúc thăng, trầm thì cuộc đời mình cũng vậy, lúc thất bại, lúc thành công đan xen nhau; Mình muốn cuộc đời mình như thế nào thì hãy tìm gặp những người như thế".

Từ thông điệp của thầy Tuệ Tâm, một ý nghĩ vụt sáng trong đầu Trung, rằng anh không phải là một kẻ phá hoại, một kẻ dốt và đáng bỏ đi như mọi người coi thường, đoạn đời vừa qua của anh chỉ là một nốt trầm mà thôi. Anh hoàn toàn có năng lực thay đổi để tiến bộ vượt bậc. Anh sẽ tìm gặp thầy Tuệ Tâm bằng được, để đi theo thầy, khám phá năng lực tiềm ẩn của chính anh và khiến năng lực ấy thăng hoa.

Nhờ sự giới thiệu của anh Bằng, Trung đã tiếp cận được thầy. Điều bất ngờ là Trung đã được thầy nhận vào khoá học được tổ chức vào ba hôm sau. Đó là lớp học "Tự đổi mới". Anh về nhà tìm cách thuyết phục bố mẹ cho đi học lớp này, nhưng bố mẹ anh không đồng ý, với lý do anh cần tập trung vào học ôn thi tốt nghiệp Trung học phổ thông và thi đại học. Không thuyết phục được bố mẹ, Trung tìm cách trốn đi và vay tiền của anh Bằng để theo học khoá học mười ngày đó.

Sau khóa học, Trung vững tin hơn ở năng lực của mình. Anh trở về quê nhà thi tốt nghiệp Trung học phổ thông. Khi thi xong, anh trình bày quyết định đàng hoàng của mình với bố mẹ, rồi khăn gói lên học viện Hoa Xuyến Chi sống và làm việc, mặc cho bố mẹ anh còn băn khoăn về lựa chọn của anh.

Bố mẹ Trung cũng từng đi từ Kinh Bắc lên Hà Nội để xem thực tình con trai họ đang sống và làm việc ra sao. Gặp thầy Tuệ Tâm, trò chuyện với thầy, bố mẹ Trung yên tâm phần nào. Nhưng sau đó, cứ thỉnh thoảng bố anh lại gọi điện cho anh, hỏi xem anh có muốn du học nước ngoài, thì bố mẹ sẽ đầu tư. Khi Trung từ chối, bố anh lại hỏi "Thế con ở Hoa Xuyến Chi đến bao giờ?" Trung đáp: "Con ở đấy đến khi nào thầy Tuệ Tâm thăng thiên thì thôi."

Trả lời bố mình xong, chính Trung cũng chững lại trước ý nghĩ: Ừ nhỉ, nếu khi thầy Tuệ Tâm thăng thiên, mình du học, hoặc kinh doanh đều vững vàng với những kiến thức được thầy trang bị, với chí khí thầy truyền cho, các giảng viên khác cũng sẽ phát triển tốt sự nghiệp của riêng họ, nhưng còn các em nhỏ tự kỷ thì sao? Nếu các em không còn được ở trong thế giới của mình tại trường Hoa Xuyến Chi, phải ra ngoài xã hội, sẽ lại bị coi thường, khinh miệt, kỳ thị,… Rồi mô hình tam giác kim cương kết hợp: Trẻ tự kỷ + Người già, người cần phục hồi chức năng + Trẻ đặc biệt (trẻ ương bướng phá phách như Trung từng đã trải qua) sẽ bị lãng phí hay sao? Rồi khối tài sản kiến thức quý giá của học viện Hoa Xuyến Chi sẽ đi đâu về đâu? Cả một kho báu gồm 8000 slide trình chiếu những tinh hoa cả đời thầy tích lũy, xứng là một kỳ quan được lưu truyền cho muôn đời học tập. Ai sẽ tiếp nối thầy Tuệ Tâm để phát triển con đường này, để "Làm Tâm người Việt sáng hơn – Nâng Tầm người Việt cao hơn" như slogan của học viện đã chỉ rõ?

Và một ý nghĩ lại lóe lên trong đầu: "Là ta. Nếu không là ta thì ai bây giờ? Đúng rồi, chính là ta!" Trung khao khát mình chính là người đứng ra kế tiếp thầy Tuệ Tâm chăm lo, gánh vác sự nghiệp đó. Hơn ai hết, anh là người đồng cảm với những trẻ tự kỷ, và những trẻ đặc biệt từng bị người đời khinh miệt giống như anh. Anh sẽ là truyền nhân của thầy Tuệ Tâm. Tương lai của anh không phải là làm kinh doanh, mà tương lai của anh là Học viện Hoa Xuyến Chi này. Anh quyết tâm hàng ngày chăm chỉ tu rèn, lấy thầy Tuệ Tâm làm thần tượng để noi theo.

Thấy Trung bỗng mỉm cười, thầy Tuệ Tâm hiểu là anh đã đắm sâu vào dòng suy tưởng. Thầy kiên nhẫn đợi một lúc, rồi hỏi:

- Thế nào, cậu sẵn sàng chuyển cảnh phim chưa?
- Con sẵn sàng ạ – Trung bừng tỉnh, đáp bừa theo phản xạ.
- Từ bây giờ, cậu đảm nhiệm vị trí Phó Giám đốc tài chính của học viện, kiêm kế toán trưởng.
- Á – Trung há hốc miệng ngạc nhiên – Thưa thầy, con chưa có bằng cấp gì về nghiệp vụ đó.
- Bằng cấp đó, cậu ra chợ mua được cả mớ.
- Vâng, nhưng ít ra con cần học chuyên môn kế toán, quản lý tài chính... - Trung ấp úng.

- Làm là cách học tốt nhất, nhanh nhất. – Thầy Tuệ Tâm nói chắc như đinh đóng cột.

Trung ngồi thẳng người, nhìn vào mắt thầy Tuệ Tâm. Thầy lại cho anh một thách thức mới, để lớn lên. Những cảnh phim liên tiếp vẫn đang chuyển thật nhanh, luôn bất ngờ nhất, và vì thế mà hấp dẫn nhất.

Về với thiên nhiên

Phòng khách trường Hoa Xuyến Chi hôm nay mở rộng cửa đón khách quý. Trên bàn có trái cây và hoa tươi. Cửa sổ mở tung cánh đón gió heo may thổi tới. Làn gió vấn vít trong phòng, tinh nghịch lật giở những trang sách trên bàn. Trên bức tường đối diện cửa ra vào, treo trang trọng hai tấm bằng - một bằng Vua nội dung của thầy Tuệ Tâm và một bằng Kỷ lục gia của Nguyễn Minh Khôi, học trò tự kỷ của trường. Trên bức tường hướng đông nam, treo la liệt các bằng Biệt tài nhí, ảnh học sinh của trường đi biểu diễn, ảnh các thầy cô học viện đang diễn thuyết...

Phương mê mải ngắm bức ảnh khổ lớn hình "công chúa" Vân Anh đang nắm tay Ngọc - "người ngoài hành tinh" trong lúc cả hai đang dập dìu lượn trên sân tập của trường với xe đạp một bánh. Nét mặt "công chúa" ngời lên vui vẻ với nụ cười như đóa hàm tiếu ngát hương. Kỳ lạ thật, mỗi khi con bé cười, cứ như một đóa hoa vừa hé nở, khiến người ta chỉ muốn ghé vào hít hà. Chẳng ai nghĩ, một con bé đẹp như thiên thần vậy mà lại mắc bệnh tự kỷ.

Vân Anh là đứa con gái đầu lòng của vợ chồng Phương - Đạt. Cả hai cùng là luật sư có tiếng và thu nhập tốt. Nhất là Phương lại còn làm đại diện cho một hãng Luật quốc tế tại Việt Nam. Mải mê sự nghiệp, mãi tới năm ba mươi sáu tuổi, Phương mới sinh con gái đầu lòng.

Lúc ấy, kinh tế gia đình Phương đã rất khá và chị cùng chồng chuẩn bị thật kỹ mọi điều kiện để sinh con. Anh chị đã hạnh phúc biết bao nhiêu khi bé Vân Anh mới sinh ra đã rất xinh xắn đáng yêu. Phương cũng đã lên kế hoạch nghỉ việc cả một năm để tập trung chăm sóc đứa con đầu lòng quý báu. Chị nghiên cứu nhiều sách về chăm sóc và nuôi dạy trẻ. Chị cũng từng tham gia một số khóa học làm mẹ.

Bé Vân Anh là công chúa của gia đình. Bé được chăm sóc ở điều kiện tốt hơn nhiều những đứa trẻ khác. Bé phát triển bình thường cho đến gần một tuổi thì sự phát triển giao tiếp cứ chậm dần, rồi như ngừng hẳn. Bé thậm chí không có biểu hiện đáp trả khi được bố mẹ cưng nựng, gọi tên. Sợ là bé bị điếc, gia đình cho đi khám, nhưng bác sĩ kết luận thính giác của bé bình thường. Thế rồi bé cứ lớn lên về thân xác mà không phát triển ngôn ngữ và trí tuệ. Chị Phương đã luyện tập rất kiên nhẫn cho con, nhưng bé vẫn không thể nói, cũng không tự xúc thức ăn được. Bé chỉ hét lên khi tức giận, và phát ra tiếng khi khóc mà thôi.

Anh chị đưa con đi chạy chữa ở các bệnh viện nhưng không đem lại kết quả. Sau đó, nghe người mách, chị Phương cho con đi châm cứu. Mỗi lần đi châm, là một cực hình cho cả hai mẹ con. Chị phải giữ con thật chặt để bác sĩ châm các mũi kim vào huyệt trên cổ, trên mặt, bàn chân. Lần nào bé cũng khóc, giãy giụa tím tái cả người, còn chị thì cố gồng người lên giữ con, nước mắt giàn giụa vì thương con. Sau vài lần bé bị chảy máu vì mũi kim, chị Phương căng thẳng đến phát ốm. Và rồi lần ấy, khi bé Vân Anh khóc ngất đi khi châm cứu, chị

Phương đã đầu hàng. Chị quyết định chấm dứt liệu trình điều trị bằng châm cứu cho con.

Khi Vân Anh đến tuổi đi học, anh chị đưa con đến các trường nhưng chỉ được hôm trước, thì hôm sau nhà trường yêu cầu anh chị đưa con về, hoặc cho con tới các trường đặc biệt nào đó. Lý do là vì bé không nghe lời cô giáo, không học, chỉ la hét trong lớp, xé vở và cắn các bạn bên cạnh.

Tuyệt vọng vì không trường nào nhận con mình, chị Phương về khóc với chồng. Anh Đạt suy nghĩ một hồi rồi bảo, bây giờ chỉ còn cách em hoặc anh ở nhà, không đi làm nữa, tập trung nghiên cứu cách dạy con.

- Hay là chúng ta mở trường đặc biệt, dạy cho những đứa trẻ đặc biệt như con mình. – Vân Anh chợt nảy ra sáng kiến - Hồi đưa con đi các bệnh viện, em gặp không ít các ông bố, bà mẹ có con cũng bị bác sĩ kết luận là mắc bệnh tự kỷ như con nhà mình. Họ cũng bế tắc cả. Nếu chúng ta mở trường, chắc chắn họ sẽ mừng lắm, vì con họ có được một mái trường đáng tin cậy để được học tập như bao đứa trẻ khác.
- Khó lắm đấy em à - Đạt thở dài – Anh hay em sẽ lãnh trách nhiệm mở trường đây?
- Anh có muốn cứu con không?
- Em lại còn phải hỏi nữa ư?
- Vậy thì chúng ta cùng nghỉ việc, cùng dốc sức thành lập trường đặc biệt cho con và những đứa trẻ thiệt thòi như con nhé. Chỉ có bằng cách bỏ hết những việc khác, dốc toàn lực vào việc cứu con, thì vợ chồng mình mới có thể giúp con thay đổi số phận được.

Sau khi có bằng Thạc sĩ về giáo dục trẻ tự kỷ do Đại học Birmingham (Anh quốc) cấp, Phương đã tự tin mở trường Sunlights – chuyên giáo dục đặc biệt. Trong vòng hai năm đầu, trường đã thu hút rất nhiều học trò nhỏ tuổi có biểu hiện bất thường về nhận thức và hành vi. Sau năm năm, trường đã phát triển thêm cơ sở ở sáu tỉnh, thành phố lớn trong nước. Vợ chồng Phương, Đạt trở nên giàu có và khá nổi tiếng. Họ thầm biết ơn đứa con nhỏ đặc biệt của mình, đã trở thành động lực để họ dám dấn thân vào lĩnh vực giáo dục đặc biệt. Câu chuyện thành công của vợ chồng Đạt, Phương được một số báo chí nhắc đến, như một ví dụ điển hình của tình yêu lớn, đã đủ sức mạnh hóa giải một bất hạnh trong cuộc sống thành một cơ may đổi đời, phát triển được đứa con khuyết tật thần kinh và mang lại lợi ích cho chính mình cũng như cộng đồng.

Tuy nhiên, khi "công chúa" Vân Anh bước sang tuổi mười hai thì những tiến bộ của em ngừng lại. Em bất hợp tác trong lớp học, chỉ tìm cách chạy trốn vào một chỗ kín và tự khóa mình lại. Sau nhiều lần phải phá khóa phòng ngủ, trèo vào phòng vệ sinh để lôi con gái ra, Phương khá bối rối về sự cố này. Với trẻ tự kỷ, không "tiến" thì "thoái". Chị cũng nhận ra rằng, phương pháp giáo dục ở trường Sunlights mới chỉ hiệu quả đối với trẻ độ tuổi từ hai cho đến mười tuổi, nhưng trẻ trên mười tuổi lại phát sinh diễn biến tâm lý rất đáng lo ngại, thêm vào đó, chúng đã ở độ tuổi choai choai, hình thể cũng đã phát triển mạnh, rất khó kiểm soát hành vi bất thường. Có lẽ đến lúc đó cần bước đột phá trong giáo dục đặc biệt. Nhưng bước đột phá đó là gì thì chị chưa biết.

Phương cùng chồng cấp tập nghiên cứu, tìm hiểu các nguồn thông tin trong nước và quốc tế. Cho đến khi họ xem được một chương trình truyền hình và nghe thầy Tuệ Tâm chia sẻ trên chương trình rằng thầy có phương pháp huấn luyện trẻ tự kỷ tuổi dậy thì thành công, thì vợ chồng Phương đã lập tức tìm gặp thầy. Bị thuyết phục trước những thành tựu của thầy và nhóm trò tự kỷ tuổi dậy thì ở trường Hoa Xuyến Chi, Phương cùng chồng chị đã can đảm gửi con đến cho thầy Tuệ Tâm huấn luyện.

Thật kỳ lạ, chỉ sau một thời gian ngắn sinh sống tại trường Hoa Xuyến Chi, "công chúa" Vân Anh đã thay đổi hẳn, em không trốn tránh nữa mà lại thích chơi với các bạn, biết đi xe đạp một bánh, rồi dần dần thành thạo ba kỹ năng phối hợp: đi xe đạp một bánh, đội chai nước và tung hứng bóng. Em cũng giành được danh hiệu "Biệt tài tí hon". Việc học chữ của Vân Anh cũng tiến bộ nhanh, em đã đọc được truyện tranh và kể lại trọn vẹn câu chuyện ngăn ngắn sau khi đọc.

Vợ chồng Phương - Đạt rất biết ơn thầy Tuệ Tâm. Họ mong muốn kết hợp với thầy trong huấn luyện trẻ tự kỷ. Đó là phân chia cấp độ tuổi của trẻ để đưa vào giáo dục trong môi trường phù hợp, với phương pháp phù hợp. Trường Sunlights sẽ giáo dục các cháu tự kỷ nhỏ tuổi, và khi các cháu đến tuổi dậy thì sẽ chuyển sang trường Hoa Xuyến Chi.

Chính vì thế, hôm nay, Phương hẹn gặp thầy Tuệ Tâm để bàn việc lớn. Không chỉ là một phụ huynh, chị còn là trưởng Ban phụ huynh các con trường Hoa Xuyến Chi. Chị cũng vừa nhận được một đề nghị hỗ trợ rất hấp dẫn cho nhà trường. Chị tin rằng thầy Tuệ Tâm sẽ chẳng có lý do gì để chối từ.

Thầy Tuệ Tâm bước vào phòng khách. Thầy vẫn mặc bộ đồ đũi trắng thoải mái quen thuộc. Nhìn thấy Phương đã đứng trong phòng khách, thầy mỉm cười, nheo cặp mắt tròn nhỏ tinh quái:

- Ồ, chào bà Giám đốc Sunlights, chờ tôi lâu chưa?
- Em ngồi đây chờ thầy từ hôm qua rồi ạ - Phương cười đáp – Có một việc rất hay mà em muốn nói luôn với thầy.
- Uống nước, ăn trái cây đi đã. – Thầy Tuệ Tâm đẩy đĩa trái cây lại phía Phương – Chị gặp "công chúa" thấy con có tiến bộ không?
- Tốt lắm ạ. "công chúa" còn bảo em là, "Mẹ ơi sau này con muốn làm diễn giả như thầy Tuệ Tâm". Chết cười thật, ở tuổi nó, chính em còn chưa biết mình sẽ làm nghề gì sau này. Thầy làm thế nào tiêm cái ý nghĩ quái quỷ ấy vào đầu nó thế ạ?
- Ai mà tiêm được. Tự nhiên nó thấy, nó thích thì nói vậy. Riêng với tụi trẻ đặc biệt này thì ta không ép được nó, chỉ có thể khuyến khích nó, và chúng nó cũng chẳng cần ngoại giao cho vừa lòng ai. Chúng nói đúng điều mình thích.
- Em cũng muốn thế quá thầy ơi. Nói luôn điều mình thích, làm luôn điều mình muốn mà chẳng cần

vòng vo. Em trình bày luôn với thầy đây. Hôm qua Ban phụ huynh đã họp và có một việc rất thuận lợi thế này: vợ chồng anh Tùng, chị Thanh, là bố mẹ của Ngọc "người ngoài hành tinh" đã đồng ý cho trường ta mượn địa điểm ở Khu du lịch nghỉ dưỡng Đào viên, nằm ở vùng ngoại ô. Thực ra họ đầu tư vào khu du lịch đó đã vài năm qua, nhưng khách đến ít quá, rất vắng vẻ, không hiệu quả. Thế nên họ sẽ cho trường Hoa Xuyến Chi mượn sử dụng miễn phí. Các thầy trò sẽ được hưởng một không gian thoáng mát, nhiều cây xanh, có lợi cho sức khỏe.

- Khu đó rộng bao nhiêu, nhà cửa thế nào? - Thầy Tuệ Tâm vươn người lại phía Phương, tỏ ra hứng thú. - Thầy có cảm giác cơ may cho các trò tự kỷ cuối cùng đã đến, sau một số lời chào mời từ các đại gia khác mà thầy đã từ chối.

- Rộng lắm thầy ạ, những hơn năm héc ta. Xung quanh trồng nhiều cây hoa đào, có cả ao nuôi cá, rất mát mẻ. Các khu nhà gạch xây kiên cố theo kiểu nhà cổ ngày xưa, có thể làm phòng ngủ cho các con. Khu triển lãm nông cụ có thể dịch chuyển chức năng thành khu tập cho các con mới nhập học. Các lối đi quanh vườn sẽ thành nơi đi xe đạp và tập luyện,...

- Khỏi mô tả nhiều lời. Chị chở tôi đến xem khu đó luôn. - Thầy Tuệ Tâm đứng lên.

- Ôi, ngay bây giờ ạ?

- Chứ không thì bao giờ? Tôi cảm giác khu đó có ích cho các con thì ta phải đến thực địa kiểm tra ngay. Nếu nó chất lượng thật sự, thì chúng ta tiến hành chuyển trường đến đó trong thời gian nhanh nhất. Các con cần được về với thiên nhiên. Thiên nhiên và hoạt động thể chất đúng mực sẽ giúp các con cân bằng trở lại. Mọi rối loạn của con người đều do chúng ta lười hoạt động thể chất và xa rời thiên nhiên.

- Thầy làm em chóng mặt. Để em liên lạc với vợ chồng nhà Tùng, Thanh để người ta mở cổng cho mình vào đã chứ.

- Chị có thể liên lạc lúc ngồi trên xe ô tô. Chúng ta đi ngay không để lãng phí thì giờ và cơ hội.

Lóc cóc trên đôi giày cao gót, Phương chạy đuổi theo thầy Tuệ Tâm ở hành lang dẫn tới thang máy xuống sân trường. Thầy cứ đi như viên đạn đã rời nòng súng, chẳng cần quan tâm người đi cùng có theo kịp không.

Tốc độ ý nghĩ, tốc độ hành động của thầy luôn gây ấn tượng. Nếu không muốn bị chóng mặt, thì ta buộc phải thay đổi chính mình, để bắt kịp, để vượt lên.

Phần III Mật ngọt và độc dược

Trẻ đặc biệt

Trong cả mùa thu, trường Hoa Xuyến Chi vừa ổn định tổ chức tại nơi mới được chuyển đến là Khu du lịch Vườn Đào, vừa tiến hành sửa sang, chuyển đổi chức năng một số hạng mục trong cơ sở vật chất. Khu du lịch này nằm ở vùng ngoại ô, cách trung tâm Hà Nội chừng non bốn chục cây số, gần dòng sông Nhuệ. Xung quanh là cánh đồng lúa trải rộng nên khá yên tĩnh. Khu ao nuôi cá được xây tường bao mới với rào thép cao để tránh học trò tự kỷ nhảy xuống nước.

Đường chạy dành cho các học trò tự kỷ luyện tập đi xe đạp một bánh được thiết kế từ khu vườn đào ra tới sát cổng chính, được chặn hai đầu với hàng cối đá cổ. Hai bên đường là những cây đào cổ được gia chủ thửa từ vùng cao về, và chăm sóc cẩn thận. Xung quanh ao cá là hàng cây si thả rễ mơ hồ. Rặng cây long não chạy nối nhau bao kín khuôn viên toàn khu một màu xanh mát hấp dẫn. Những dãy nhà gạch, cột gỗ tròn, ngói âm dương kín đáo náu mình dưới tán cây um tùm. Quang cảnh trong khu thật thanh bình, có thể làm dịu tâm trí bất cứ ai vừa đặt chân tới đây.

Thầy Tuệ Tâm rất hài lòng khi trường Hoa Xuyến Chi được chuyển về khu du lịch rợp bóng cây xanh này. Thầy nói với các giảng viên, phụ huynh học sinh rằng, sự mát mẻ yên tĩnh với không khí trong lành nơi đây rất có lợi cho sức khỏe tâm thần của trẻ tự kỷ. Trong một không gian rộng rãi, được hòa cùng thiên nhiên, các em sẽ cảm thấy dễ chịu, bớt đi phản ứng phá phách. Với trẻ tự kỷ, để các em phát triển thuận lợi, thì cần nhất là được sống trong cộng đồng với các em cùng hoàn cảnh, cần một phương pháp giáo dục đặc thù, và môi trường thiên nhiên xanh tươi, rộng rãi để các em được hoạt động ngoài trời nhiều nhất có thể.

Thầy Tuệ Tâm quyết định chọn một ngôi nhà gạch nhỏ ven ao cá làm văn phòng làm việc và chỗ ngủ nghỉ của thầy. Thầy cũng cho mắc võng dưới hai gốc si già để nằm nghỉ trưa và suy nghĩ. Nơi đây quả thực là chỗ thư giãn và gợi cho thầy nhiều cảm hứng, nảy sinh nhiều ý tưởng. Từ hôm trường chuyển về đây, thầy đã mời nhiều bạn hữu, cùng các giáo sư tâm lý, các chuyên gia giáo dục về trường tham quan. Ai nấy đều ủng hộ xu hướng "bỏ phố về quê" nên cho rằng thầy Tuệ Tâm và các trò thật may mắn khi tìm được một nơi an lành, thanh mát như thế này để sống và làm việc. Nơi đô thị chật hẹp, tù túng, thiếu không gian và cây xanh, cùng tiếng ồn và ô nhiễm bụi, khói, không có lợi cho sức khỏe tâm thần của trẻ tự kỷ. Quả thực, nhìn các trò tự kỷ từng đôi trong bộ đồng phục màu cam, dắt nhau đạp xe một bánh dập dìu giữa hai hàng đào lá xanh mát, hoặc cùng nhau tập và chơi đùa trên thảm cỏ, ai cũng tin rằng các em đang được sống trong một ngôi nhà cổ tích.

Trường tiếp nhận thêm một số trò tự kỷ từ các tỉnh chuyển tới. Bên cạnh đó, kể từ khi chuyển về vùng ngoại ô, thầy Tuệ Tâm tiếp nhận thêm những trẻ đặc biệt. Đó là những trẻ lớn, trong độ tuổi thanh niên, thuộc hai dạng: một là càn quấy phá phách hư hỏng, hai là bị trầm cảm ở mức độ khác nhau. Với những thanh niên thuộc nhóm đặc biệt này, nhà trường, gia đình đều đã bó tay. Có em từng trốn từ trường giáo dưỡng ra, trộm cắp tinh vi khiến bố mẹ đau đầu nhức óc liên miên, có em trầm cảm từng tự tử bất thành nhưng luôn tìm cách đi đến cái chết khiến bố mẹ gần như tuyệt vọng... Với những thanh niên thuộc dạng đặc biệt này, việc quản lý các em không chỉ khó, mà còn nguy hiểm. Bởi các em đã lớn, lại có ý thức, nên có thể bày mưu kế tinh vi để đánh lừa bố mẹ và thầy cô giáo, các huấn luyện viên trực tiếp phụ trách mình. Bất kể lúc nào, các em cũng có thể hành hung người quản lý mình để bỏ trốn. Chính thầy Tuệ Tâm một lần bị tấn công bởi một thanh niên bất trị được cha mẹ đưa đến trường Hoa Xuyến Chi nhưng bỏ trốn. Khi thầy vừa bước ra khỏi xe thì thình lình một kẻ lao đến dùng thanh sắt đập vào người thầy. Cũng may thầy phản ứng nhanh, né người nên thanh sắt chỉ sượt qua vai phải. Hai huấn luyện viên đi cùng thầy đã kịp thời chặn kẻ tấn công để bảo vệ thầy. Sau tai nạn hụt ấy, một người bạn học của thầy Tuệ Tâm đã thắc mắc: "Tại sao ông đang đi dạy kỹ năng sống, thu bộn tiền mà mưa không đến mặt, nắng không đến đầu, thì lại vơ vào lũ trẻ tự kỷ giời hành, và lũ thanh niên càn quấy giời đánh thánh vật ấy hả?". Thầy Tuệ Tâm chỉ đáp: "Xã hội coi chúng là rác người, là đồ bỏ đi, là lỗi tạo hóa. Nếu tôi không dang tay đón chúng, tạo một thế giới phù hợp để chúng có một cuộc đời tử tế và xứng đáng, thì ai sẽ làm?". Người bạn học đành lắc đầu nói: "Lão này bị nghiệp quật rồi!". Thầy

Tuệ Tâm chỉ mỉm cười tinh quái mà chẳng nói thêm. Hầu hết người ta không tin vào triết lý "Biến rác thành vàng" của thầy. Họ cho thầy là đồ điên, thần kinh. Thầy ở lâu với lũ trẻ thần kinh, rồi lây bệnh của chúng nó.

Buổi chiều hôm ấy, thầy Tuệ Tâm đón tiếp ba vị khách. Đó là cặp vợ chồng ở độ tuổi năm mươi và một chàng trai ở độ tuổi ngoài hai mươi. Ông Kiên và bà Hòa dẫn Toàn, con trai họ đến gặp thầy Tuệ Tâm, với hy vọng mong manh rằng thầy có thể giúp thay đổi cậu con trai dường như hết thuốc chữa của họ. Toàn hai mươi tư tuổi, từng là sinh viên Nhạc viện Hà Nội, nhưng đã bỏ học hoàn toàn hai năm qua vì bị trầm cảm. Những "thành tích" ngoại hạng của Toàn được mẹ chép ra cả một cuốn sổ dày. Từ thời học phổ thông, cậu đã mười tám lần bỏ nhà đi hoang, không biết bao nhiêu lần trèo tường, phá cửa, nhảy lầu để trốn khỏi nơi điều trị bệnh tâm thần, hoặc các trung tâm giáo dục đặc biệt. Cậu cũng từng nằm viện nhiều lần do lao vào các phương tiện trên đường để tự vẫn. Sau khi con trai cứ khăng khăng nó là một thiên tài âm nhạc cỡ Mozart, vợ chồng Kiên, Hòa đã chạy chọt cho con vào học Nhạc viện. Cứ tưởng được vào đúng môi trường cậu muốn, thì cậu sẽ học hành tử tế. Nhưng Toàn lại coi thường giáo viên, không chịu được bạn học nên cứ đi học bữa đực bữa cái và không thể vượt qua năm học thứ nhất.

Bây giờ thì Toàn ngồi trước mặt thầy Tuệ Tâm. Đó là một thanh niên cao lớn, chừng gần mét tám, bờ vai rộng như cố thu lại trong tấm áo phông màu khói. Mái tóc dày rơi xuống che kín cả lông mày. Đôi mắt xếch luôn nhìn xuống và nước da tai tái. Thầy Tuệ Tâm chẳng cần bàn bạc hay mời ba người khách uống nước xã giao như thường lệ, thầy đứng lên, nắm chắc vai Toàn.

- Khá lắm, nhìn cậu là tôi biết chơi được. Đi với tôi mười lăm phút, tôi muốn cho cậu xem một công trình đặc biệt. Sau đó tôi muốn xin ý kiến của cậu.

Toàn ngồi thì lì ra, không muốn đứng lên, không muốn đi. Cả ông Kiên và bà Hòa cùng đứng lên như muốn hợp sức bẩy cậu con trai dậy theo lời mời của thầy Tuệ Tâm.

Thầy Tuệ Tâm hất cằm ra hiệu cho Trung trợ lý:

- Ông, bà cứ ngồi đây trò chuyện với trợ lý của tôi.

Nói rồi thầy đấm mạnh vào vai Toàn:

- Đi!

Toàn chúi người trước cú đấm hơi quá tay của thầy Tuệ Tâm. Một chút ngạc nhiên khiến cậu ta ngước mắt lên nhìn thầy một tích tắc rồi lại nhanh chóng cụp mắt xuống đất. Nhưng cậu ta đã chịu đi theo thầy Tuệ Tâm.

Sau khi thầy Tuệ Tâm dẫn Toàn đi khuất sau rặng cây đào, hướng về phía khu huấn luyện trẻ tự kỷ, thì Trung hạ giọng, nói với ông Kiên và bà Hòa:

- Hai bác uống nước đi, năm phút nữa cháu dẫn hai bác theo lối khác đi ra cổng. Hai bác cần về quê ngay lập tức và không được nghe điện thoại của Toàn gọi trong hôm nay.

- Cháu ơi, liệu Toàn nó có chịu ở đây không? Liệu thầy có giữ được nó không? – Bà Hòa run run nói - Thằng con bác trông hiền thế thôi nhưng nó cục tính lắm. Bác rất sợ...

- Bác đã đưa Toàn đến đây rồi thì hãy tin là thầy và các huấn luyện viên ở đây sẽ giúp được cậu ấy.

Thầy Tuệ Tâm dẫn Toàn vào phòng học lớn, nơi có các trò tự kỷ mới nhập học đang được huấn luyện. Thầy bảo Toàn hãy quan sát thật kỹ toàn bộ mọi người, mọi hoạt động trong phòng. Có em đang bám tay vào song vịn, cố thăng bằng trên xe đạp một bánh; có em đang tập đứng lên, được một huấn luyện viên nắm cả hai tay trợ giúp; có em thì nằm lăn ra đất giãy giụa, khóc thét; có em lại cởi truồng chạy vòng quanh phòng, tay phất phơ cái quần; có em mặt ngơ ngẩn, mắt đờ đẫn, miệng không khép được, dãi dớt lòng thòng; có em tụt quần toan bậy xuống sàn và bị một huấn luyện viên quất vào mông... Cả một đám hỗn độn nhốn nháo inh tai nhức óc.

Toàn nhìn chúng một lượt, rồi lại cụp mắt nhìn xuống chân. Thầy Tuệ Tâm nâng cằm Toàn lên, ép cậu ta nhìn thẳng vào mắt mình:

- Cậu đã nhìn thấy chúng nó. Tội nghiệp, bố mẹ chúng nó sẵn sàng bán cả linh hồn, để làm sao chúng nó được bình thường như cậu, biết đi đứng, nói cười, đến bữa biết ăn, biết ỉa đái đúng chỗ... Vậy mà chúng nó sống. Còn cậu lại muốn chết ư?

Toàn im lặng, không trả lời. Cậu ta quay người toan bỏ đi, thì thầy Tuệ Tâm ngăn cậu lại.

- Đừng đi, và đừng chết trước khi cậu trả nghĩa được cho cuộc đời này. Hãy trở lại phòng vừa rồi, giúp một em nhỏ, bất cứ em nào, để em ấy có thể có được một chức năng bình thường như của cậu thôi. Biết đứng lên, biết đi lại chẳng hạn. Hàng ngày cậu đứng lên, đi trăm bước, ngàn bước và không hề suy nghĩ gì, không cảm thấy biết ơn vì mình có thể đứng lên, đi lại được ư? Hãy nghĩ đi. Và hãy thử làm một đứa trẻ tự kỷ trong năm phút thôi, để xem cậu làm gì với cuộc đời mình?

Nói rồi thầy Tuệ Tâm đẩy Toàn trở lại phòng học. Thầy vẫy Duyên, một nữ giáo viên mảnh mai có đôi mắt nâu trong veo tới gần, giao cho cô hướng dẫn Toàn cách chăm sóc một em nhỏ tự kỷ chưa biết đi đứng, rồi thầy rời khỏi phòng học.

Duyên là một nữ giáo viên trẻ, nhưng khá khéo léo và tâm lý. Cô cứ vừa xa, vừa gần để bám sát Toàn, để gắng trò chuyện với cậu vài câu, nhưng cậu ta chẳng thèm hé răng, chẳng nhìn cô lấy một thoáng. Cậu ta chỉ nhìn trân trân xuống sàn nhà và nhấc hay tay bé tự kỷ cho bé đứng lên, ngồi xuống một cách vô hồn. Duyên lúc đứng gần Toàn, khi lại giả vờ đi ra chỗ khác trong phòng, nhưng vẫn luôn phải căng mắt canh chừng không để cậu ta lẻn ra khỏi phòng, hoặc tìm cách nhảy xuống hồ nước tự tử.

Ngày dần trôi, bóng tối trùm xuống rất nhanh, năm khu nhà và đường chạy thắp sáng rực rỡ, nhưng xung quanh là vườn cây và hồ nước rộng như một công viên lại phủ bóng tối âm thầm. Các giáo viên và huấn luyện viên đang đi gom những bé tự kỷ còn trốn sau các bóng cây đưa vào phòng tắm rửa.

Duyên lại gần Toàn, bảo cậu ta đi vào khu nhà dành cho nam để vệ sinh trước giờ ăn tối. Toàn không nhìn cô, lặng lẽ bảo:

- Nói thầy Tuệ Tâm mở cổng cho tôi về.
- Cậu về đâu? Để làm gì? Cậu có muốn làm người không? – Duyên thốt hỏi, tự ngạc nhiên với chính mình.

Toàn không đáp, quay người bỏ đi. Duyên để ý thấy cậu ta mang một cây đàn ghi ta tới gốc si, ngồi xuống, búng trên những dây đàn. Càng lúc Toàn càng cúi sát xuống cần đàn, tóc mái rũ xuống dây, tiếng ghi ta rời rã trong chiều tàn nghe hoang hoải, cô đơn muốn chết. Nước mắt Duyên vòng quanh, Duyên không biết do tiếng đàn buông lơi khi trời sập tối, hay chạnh lòng nghĩ tới một người mẹ tuyệt vọng ở đâu đó quanh đây. Tại sao thầy Tuệ Tâm lại giao cho cô chăm nom Toàn trong những ngày đầu khó khăn này? Cô phải làm gì với Toàn? Cô muốn dập tắt tiếng đàn chết chóc kia, để nó đừng tuôn luồng khí hoang hoải vô phương này vào màn đêm, khiến đêm dày đặc và đe dọa, khiến màu đêm phình lên như muốn nuốt chứng cả năm khu nhà.

Trung thình lình đập tay vào vai Duyên.

- Duyên vào ăn tối đi.
- Nhưng còn Toàn? – cô băn khoăn – Nó vẫn chơi đàn ngoài kia.

- Để nó cho tôi. – Trung nói – Ban đêm, em không kiểm soát nổi nó đâu.

Duyên trở vào phòng ăn chung trong một dãy nhà. Tiếng tụi trẻ đọc kinh ăn cơm, tiếng bát đũa va vào nhau lách cách, tiếng những cô giáo rủ rỉ dỗ con ăn, tiếng các thầy nghiêm khắc nẹt con… cứ sượt qua tai cô. Cô như bị ám bởi tiếng đàn của Toàn, tiếng đàn kỳ lạ cô chưa bao giờ nghe, nó như ám mùi chết chóc khiến cô lạnh sống lưng. Nó như từ hố đen luồn lên, lặng lẽ len lỏi vào từng chân tơ kẽ tóc, hút mọi sinh lực sống. Cô, Trung, thầy Tuệ Tâm, người mẹ nào còn loanh quanh đâu đây, có thể làm được gì để lôi Toàn lên từ hố đen chết chóc?

Ăn tối xong, Duyên cùng các cô giáo cho các em đến phòng văn nghệ tập hát và đọc thơ. Nhưng lòng cô bồn chồn, cô lén ra khỏi phòng văn nghệ, đi ra sân, băng qua đường chạy, tìm đến gần cây long não, cô không biết điều gì dẫn dắt mình. Bỗng một bóng đen túm tóc cô, giật ngược trở lại. Cô đau điếng, hét toáng lên:

- Buông tôi ra!
- Đi! – Bóng đen phía sau nói, thúc cô đi về phía cổng. Cô đã biết nó là ai.
- Toàn, đau quá! Buông tóc tôi ra, tôi mới đi được. – Duyên nài nỉ.
- Đi. – Toàn nói tiếp, không buông.

Duyên gắng bước đi chệnh choạng trong bóng tối, đầu ngật ra phía sau tránh căng tóc, vừa cố gắng nghĩ có nên hét lên kêu cứu không.

"Bịch, bịch" – Duyên chỉ nghe hai tiếng động gọn, rồi đầu cô được thả lỏng, cô vội quay ngoắt người, thấy bóng thầy Tuệ Tâm áp sát Toàn.

Không biết bằng cách nào mà thầy Tuệ Tâm đã khóa tay Toàn nhanh đến thế. Toàn trợn mắt lên nhìn Duyên. Đó là lần đầu tiên cậu ấy nhìn thẳng và cô sẽ nhớ đến chết. Đó là ánh mắt của con thú bị dồn tới đường cùng, ánh mắt kẻ giết người, ánh mắt tuyệt vọng và thù hận... Dồn hết sức bình sinh, cậu ta phá tung khóa tay. Biết làm sao được, thầy Tuệ Tâm đã gần bảy mươi tuổi rồi, sức thầy sao lại được với trai tráng tuổi đôi mươi. Duyên liều lĩnh chen vào giữa thầy và Toàn. Nhưng thầy Tuệ Tâm nhanh chóng gạt cô gái ra.

- Toàn – Thầy gầm lên, tiếng gầm của sư tử - Mày có muốn sống không, hay mày muốn chết!

Toàn đang đà lao lên liều chết, bỗng khựng lại. Duyên ngạc nhiên nhìn về phía thầy Tuệ Tâm, thầy đứng tấn, bắp tay gồng lên, đôi mắt tròn nhỏ long lên như mắt rồng, tóc thầy cũng như dựng đứng lên. Duyên gai người, có cảm giác nghe thấy tiếng gầm của loài mãnh thú.

- Mày là thằng đàn ông, là thằng đực, mà mày suốt ngày chui vào xó tối, mày chỉ nghĩ lung tung rối loạn mà không hành động, thì chim mày tèo, gái nó chán mày, mày càng chết dấp con ạ. Tại sao tao phải giữ mày ở đây? Để mày được vận động. Vận động suốt ngày. Mày bảo mày thiền ư? Mày thì hiểu gì về thiền? Phải thiền động con ạ. Có vận động, thì mày mới có cơ bắp, mới đô con, mới làm bạn gái mày nó sướng được.

Mày phải làm con đực mạnh mẽ nhất, trước khi làm bất cứ điều gì. Hiểu chưa con? Mày phải ở đây, học lại từ đầu cách làm người, rồi sau đó ra đời muốn làm gì cũng được.

Duyên không biết Toàn có thấm những lời thầy Tuệ Tâm nói hay không, nhưng cậu ta đứng đó, nhìn thầy trân trân. Nỗi sợ xuyên thấu tim Duyên. Có thể Toàn sẽ lao vào giết thầy, hoặc thầy sẽ giết chết cậu ta. Sự sống mong manh trong một tích tắc, khi con người dồn nhau tới đỉnh điểm của cảm xúc!

Cũng chính lúc đó, Trung và một cậu trai khác lao tới, trong tay mỗi người lăm lăm một thanh sắt nặng. Nhưng họ chưa kịp áp sát, thì Toàn đã buông xuôi, đôi mắt ánh đêm chết chóc của cậu ta cụp xuống.

Thầy Phan thu hai thanh sắt, bảo cậu trai kia:

- Trung ở lại với Toàn, hai đứa nói chuyện với nhau đi, còn Thắng với Duyên tránh ra, về làm việc của mình.

Duyên bước theo thầy Tuệ Tâm và Thắng về phía đường chạy. Lúc ngoái đầu nhìn lại, cô bàng hoàng khi thấy Trung đứng trước mặt Toàn, hai tay nắm vai cậu ta, như giữ cho Toàn đứng vững, mắt nhìn thẳng vào mặt cậu bạn, tin tưởng. Toàn cứ đứng bất động như vậy một lúc, rồi từ từ ngẩng mặt lên.

Duyên quay đi khi cảm giác hai luồng mắt chạm nhau. Họ đồng cảnh, đồng cảm. Có thể Trung sẽ là cái chốt để Toàn bám lấy.

Trung khoác vai Toàn, dẫn về phía dãy cối đá phía cuối đường chạy. Họ ngồi xuống hai cối đá cạnh nhau. Im lặng một lát, rồi Trung thủ thỉ kể, như tiếng con dế ri rỉ trong hang đất.

Hồi học cấp Hai, Trung từng là một đứa trẻ đầu gấu trong trường làng. Thừa năng lượng, người lúc nào cũng hực lên, Trung bỏ học chơi games, phá phách trong trường, đánh nhau, xung đột với các bạn trong lớp. Lên lớp tám, Trung đã tập hợp tới 500 anh em lớp tám lên đánh nhau với lớp chín, náo loạn toàn trường, tiếng xấu lan tới tận huyện, tận tỉnh. Trầy trật vào được cấp Ba, thì Trung vẫn không chịu học, tối thức chơi games, khi lên lớp nếu tỉnh ngủ thì đọc sách, hoặc tranh biện với giáo viên. Với "thành tích bất hảo" dày đặc như thế, trong mắt thầy cô, bạn bè, người thân, Trung là kẻ bỏ đi, gây hại cho xã hội. Ở nhà, Trung bị người lớn mắng: "Bất tài vô dụng thế, sau này làm gì được cho đời?", ra đường, Trung bị chửi đểu: "Thằng phá hoại này sao mày không chết đi cho rảnh?" Những đòn roi, chửi bới, hình phạt càng làm Trung bức xúc và muốn trả thù mọi người, trả thù đời. Trung càng phá dữ, nhưng càng phá, Trung không những không giải tỏa được bức xúc, mà thấy chán nản hơn. Cảm giác lúc ấy như bị treo đá vào cổ, đẩy xuống vực.

- Toàn có bao giờ bị cảm giác ấy không? – Trung ngừng kể, đột ngột hỏi Toàn.
- Cũng na ná như thế - Toàn trả lời sau một hồi im lặng - Vậy tại sao cậu tới nơi này?

- Bởi thầy Tuệ Tâm nhìn ra giá trị của tớ, trong khi mọi người chửi mắng và căm ghét tớ. Thầy cho rằng, tớ không chỉ là người hoàn hảo theo cách của riêng tớ, mà tớ còn có thể giúp ích cho bao người khác. Vậy nên tớ ở đây, để giúp các em nhỏ tự kỷ. Các em ấy rất cần tớ. Tớ đã tìm ra mình là ai, ở chính nơi này.

Toàn im lặng một khắc, rồi cậu ta dè dặt chạm tay mình vào tay Trung. Trung quay mặt lại, giơ một nắm đấm ra trước Toàn. Toàn cũng giơ nắm đấm ra, đấm mạnh, dứt khoát vào tay Trung.

Lòng tràn ngập cảm xúc, Trung chợt hiểu, suốt những năm tháng quấy phá của anh ở ngoài kia, không sánh được với một thời khắc sinh tử anh vừa trải qua ở đây, khi bài học sống làm người ngấm sâu nhất, khi thầy can đảm căng mình ra, đánh cược mạng sống của mình để cứu Toàn. Trung tin rằng thầy đã cứu được Toàn, cứu được một nhân cách, cũng như thầy đã thay đổi anh, trao cho anh một sứ mệnh.

Cuộc họp phụ huynh nảy lửa

Trường Hoa Xuyến Chi được chuyển ra vùng ngoại ô, nằm trong Khu du lịch Vườn Đào xinh đẹp, giống như một thiên đường nhỏ dành cho các em tự kỷ của trường. Kể từ khi trường được chuyển về nơi đây, cũng thu hút thêm một số em là con của các yếu nhân và đại gia. Với những điều kiện của mình, các phụ huynh giàu có và quyền lực này đã ủng hộ xây dựng nhà trường, tạo nên sinh sắc và sự lan tỏa hiệu quả tích cực của ngôi trường đặc biệt.

Nhưng điều gì cũng có mặt trái của nó. Khi các phụ huynh giàu có và quyền lực ủng hộ trường, thì họ mặc nhiên coi như họ có quyền điều chỉnh các hoạt động, thậm chí hướng đi của trường Hoa Xuyến Chi. Ông Tùng – bố của Ngọc "người ngoài hành tinh" cho trường mượn Khu du lịch Đào viên, là người thường xuyên góp ý điều chỉnh trường nhất. Ban đầu, khi đến thăm con tại trường, ông Tùng góp ý về cách sinh hoạt của thầy cô giáo và các con. Ông đòi thay nhân sự dọn vệ sinh và làm vườn. Sau đó, ông góp ý phương pháp giáo dục, huấn luyện. Ông cho rằng, các con cần được tăng thời gian học chữ viết, học làm toán, và giảm bớt thời gian luyện kỹ năng ba môn phối hợp: đi xe đạp một bánh, đội chai nước trên đầu, và tung hứng bóng. Con chị Phương – Giám đốc trường chuyên giáo dục đặc biệt Sunlights – thì khẩn thiết yêu cầu lãnh đạo trường Hoa Xuyến Chi cần tuyển các giáo viên có bằng cấp chuyên về dạy trẻ tự kỷ,…

Hôm nay là một buổi họp phụ huynh sau một năm trường Hoa Xuyến Chi chuyển về Khu du lịch Đào viên. Trước đó một ngày, nhóm các phụ huynh đại gia và quyền lực đã họp trước với nhau ở nhà của chị Phương. Họ quyết định sẽ đưa ra một số yêu cầu nghiêm ngặt buộc thầy Tuệ Tâm và Ban lãnh đạo trường Hoa Xuyến Chi cần gấp rút thay đổi. Những yêu cầu đó, đều xuất phát từ sự lo lắng của phụ huynh cho con, và mong muốn con mình được phát triển tốt nhất.

Thầy Tuệ Tâm ngồi cạnh chiếc bàn gấp Xuân Hòa đơn giản, trên mặt bàn không có gì ngoài miếng mút xóa và chiếc bút dạ viết bảng mực xanh. Giám đốc Vũ Đức đứng trên bục, gần tấm bảng trắng treo tường, trình bày về hoạt động thường kỳ trong ba tháng vừa qua của trường và đặc điểm nổi bật của một số trò trong trường. Sau khi nghe thầy Vũ Đức trình bày, chị Phương – trưởng Ban phụ huynh thay mặt mọi người đứng lên phát biểu nguyện vọng của các phụ huynh:

- Thưa thầy Tuệ Tâm, thưa thầy Vũ Đức, thay mặt cho Ban phụ huynh, tôi cảm ơn các thầy và trường đã chăm sóc và dạy dỗ tận tình những học trò đặc biệt là con của chúng tôi. Tuy nhiên, chúng tôi cũng có những ý kiến nhỏ, mong đóng góp với nhà trường, để các con được sinh sống và học tập trong điều kiện tốt đẹp hơn. Việc đầu tiên, đó là nề nếp sinh hoạt ở trường. Thú thực, chúng tôi cũng biết là các con phá phách rất kinh khủng và vẫn chưa hoàn toàn ý thức tác hại của những hành vi mình gây nên, nhưng mọi thứ ở trường rất bừa bộn và mất vệ sinh. Điều này chúng tôi đã góp ý nhiều lần nhưng hầu như chưa có tiến triển gì cả. Chúng tôi không hiểu tại sao lại như vậy. Nếu người dọn vệ sinh của trường lười biếng, hoặc làm việc quấy quá cho xong, thì hãy thay người khác. Nếu nhà trường không đủ kinh phí để thuê đủ người dọn vệ sinh, thì Ban Phụ huynh sẽ đóng góp tiền để thuê thêm người. Thậm chí thuê thêm vài ba người dọn vệ sinh nữa cũng được, chứ không thể để tình trạng mất vệ sinh kéo dài tại đây.

- Thưa các bậc phụ huynh, - Giám đốc Vũ Đức ôn tồn nói – Quan điểm của nhà trường là không thuê thêm người dọn vệ sinh, mà để các em học trò tự làm theo lịch phân công của nhà trường. Tất nhiên, việc huấn luyện các em tự ký tự dọn vệ sinh nơi ăn ở, các khu sinh hoạt chung, là cả một công trình tỉ mỉ và công phu. Sự thay đổi có thể chưa xảy ra, có thể xảy ra rất chậm, nhưng chúng tôi không đầu hàng. Chúng tôi tiếp tục dạy các em có trách nhiệm với bản thân và cộng đồng, bằng những kỹ năng sống đơn giản nhất.

- Ở nhà các vị có thể thuê vài ba gia nhân, chỉ để dọn dẹp nhà cửa, lau chùi sáng bóng mọi thứ, và con cái các vị không phải động chân tay vào làm việc gì. – Thầy Tuệ Tâm đột ngột cao giọng nói – Các vị nghĩ rằng mình có tiền thì có quyền chọn những việc cao quý xa hoa hơn để làm, con cái các vị có thể hưởng an nhàn sung sướng. Đó là những ý nghĩ bệnh hoạn. Đó là sự lệch lạc. Muốn con mình tiến bộ, các vị đưa con đến trường Hoa Xuyến Chi để cân bằng lại sự lệch lạc đó, nhưng mặt khác, các vị lại cũng muốn bê nguyên cái nhà các vị đến đây, nhốt lại con mình vào cái nhà đó, nếp cũ đó, sự chiều chuộng hư hỏng đó. Ồ, các vị cứ muốn làm theo cách cũ, mà mong có kết quả mới ư?

- Thưa thầy Tuệ Tâm, thầy có thể có nhiều lý lẽ, nhưng việc để tình trạng mất vệ sinh trong nơi ăn ở là thứ không thể chấp nhận. – Chị Phương khăng khăng nói.

- Tôi đề nghị chị Phương, cũng như các phụ huynh khác hãy nhìn vào sự tiến bộ của các con mình, để thấy rằng đã có ánh sáng cho tương lai của các con. Ví dụ "công chúa" Vân Anh con chị, từ khi luôn chạy trốn mọi người, rúc trong xó tối, thì nay đã đường hoàng tự tin và hạnh phúc xuất hiện trước đám đông để biểu diễn. Hay như "người ngoài hành tinh", từ chỗ không biết cầm thìa để xúc thức ăn, thì nay đã biết dùng cả đũa, đã biết tự làm vệ sinh cá nhân, thậm chí thích đi biểu diễn, đã tung hứng được 5 bóng thành thạo, và bây giờ đang tập tung 6 bóng. – Thầy Tuệ Tâm nói.

- Chúng tôi không kỳ vọng con mình trở thành các diễn viên xiếc – Ông Tùng đứng lên nói – Các con cần được huấn luyện, dạy dỗ và chữa trị để trở thành những người bình thường như ở xã hội ngoài kia, biết đi học, đi làm, lấy vợ chồng, sinh con đẻ cái.

- Xin lỗi anh Tùng – Thầy Tuệ Tâm xen ngang – Ở ngoài xã hội kia, có ai hứa với các anh chị sẽ làm được như thế với con các anh chị hay không? Hay họ đang chỉ coi con các anh chị là một lũ trẻ khuyết tật thần kinh, là gánh nặng cho xã hội và gia đình, bị coi thường và xa lánh? Con trong ngôi trường Hoa Xuyến

Chị này, các con là những thiên thần. Chúng tôi không cần điều trị gì cả, chỉ huấn luyện cho các con cân bằng, để tập bay trên những đôi cánh của thiên thần mà thôi. Ở ngoài kia, các anh chị cũng đã ép các con uống thuốc, tiêm, châm cứu, và kết quả là gì? Các con chỉ mụ mị đi vì thuốc, chỉ ngủ lì lì để khỏi phá phách, nhưng các con học được gì, phát triển được gì từ những viên thuốc đó? Còn ở ngôi trường này, các con là những thiên thần, mà thiên thần thì không cần thuốc, chỉ cần cân bằng để tập bay.

- Nhưng chẳng lẽ, suốt đời các con sẽ chỉ ở trong ngôi trường này? Rồi các con sẽ đi tới đâu? – Chị Phương hỏi gay gắt – Rồi sau này chúng tôi già, chết đi, ai sẽ lo cho các con, các con sẽ sống thế nào? Khi chúng tôi không nộp sinh hoạt phí cho các con, trường sẽ ném con chúng tôi đi đâu?

- Tại sao chị không hỏi con chị, rằng thực ra con muốn sống ở đâu? Con muốn sống như thế nào? Điều gì làm cho con hạnh phúc? – Thầy Tuệ Tâm hỏi lại, và bước lại gần tấm bảng. Thầy vạch lên tấm bảng tam giác với ba đỉnh nhọn, ở ba đỉnh tam giác, thầy viết lần lượt: Trẻ tự kỷ – Người già, người cần phục hồi chức năng – Trẻ đặc biệt.

Thầy Tuệ Tâm bắt đầu thuyết trình về tam giác kim cương, một phát kiến độc đáo của thầy để phát triển trẻ tự kỷ và trẻ đặc biệt. Theo thuyết bộ lạc của thầy, thì cộng đồng ba đối tượng này sẽ sống trong tình yêu thương, sự cần thiết lẫn nhau không thể tách rời. Những trẻ đặc biệt khiến xã hội bó tay, sẽ được đào tạo thành những giáo viên, huấn luyện viên trẻ tự kỷ, để các em dạy trẻ tự kỷ có kỹ năng tự lo cho bản thân và tiếp theo, trẻ tự kỷ sẽ học cách chăm sóc người cao tuổi, người cần phục hồi chức năng. Như vậy, nhóm ba đối tượng này sẽ trở nên hữu ích cho nhau, cùng nhau tạo thành một cộng đồng tự phát triển, tự nuôi sống nhau mà không cần phụ thuộc vào gia đình, người thân.

Nhóm phụ huynh xì xào bàn tán về mô hình tam giác kim cương của thầy Tuệ Tâm, họ còn nửa tin, nửa ngờ. Họ chia ra hai nhóm, nhóm phụ huynh có gia cảnh trung bình hoặc nghèo thì tin tưởng tuyệt đối vào thầy Tuệ Tâm, khi con họ có tiến bộ và sống được trong trường, để họ có thể dành thời gian đi làm việc, kiếm được tiền lo cho tương lai của mình, cũng như của con; nhóm phụ huynh giàu có và quyền lực thì vẫn hết sức nghi ngờ những luận điểm của thầy Tuệ Tâm, và khăng khăng bám vào những ý muốn của mình.

- Hãy tập trung vào những tiến bộ trong thời gian vừa qua của con các quý vị – Thầy Tuệ Tâm kết luận cuộc họp. – Còn những việc tương lai của con, quý vị hãy để chúng tôi lo.

Ra đi là để trở về

Ở tuổi mười sáu, Minh Khôi lớn vụt lên thành một trang thanh niên tuấn tú. Nước da ăn nắng đỏ đắn của cậu khiến bất cứ ai cũng phải ghen tị là kết quả của cả năm trời tập luyện bền bỉ trên đường chạy giữa thiên nhiên phóng khoáng của vùng ngoại ô. Cậu cao tới một mét tám mươi, với cẳng chân, dóng tay thuôn dài và thẳng hứa hẹn tiếp tục phát triển, khi đứng lên cậu cao hơn hẳn các thầy cô và bạn học trong trường Hoa Xuyến Chi. Đặc biệt, gương mặt đẹp thanh tú và đôi mắt thông minh luôn lấp lánh ánh cười của cậu khiến ai cũng vui lây và muốn ở gần cậu.

Thậm chí, người ta đã quên mất rằng Khôi là một trẻ tự kỷ. Kể cả ở trường, ai nấy đều coi Khôi như một người xuất chúng. Quả vậy, không chỉ từng đoạt danh hiệu kỷ lục gia về ba môn phối hợp: đi xe đạp một bánh, đội chai nước, tung bóng, Khôi còn trở thành cảm hứng để Nhà hát kịch Hà Nội dựng vở "Mơ ước của em". Nội dung vở kịch dựa trên cuộc đời kỳ lạ của Khôi, khi cái gọi là số phận dường như ghim chặt em lại trong thân phận một đứa trẻ tự kỷ, bị thương hại đồng thời bị người đời chối bỏ, thì việc gặp được thầy Tuệ Tâm là một may mắn diệu kỳ, khiến mơ ước của em thành sự thật, khi em đã vươn lên trở thành một kỷ lục gia tài năng, khiến bao người ngưỡng mộ. Câu chuyện điển hình từ một đứa trẻ đáng thương, trở thành người phi thường của Khôi đã thành nguồn động lực cho biết bao người vươn lên chinh phục hoàn cảnh để phát triển xuất sắc và đổi đời. Và thật xúc động, khi vở kịch được công diễn, thì Khôi lại được mời vào vai chính mình để đóng một cảnh quan trọng trong vở kịch, cảnh em tham gia thi biểu diễn tài năng xiếc và giành chiến thắng vinh quang, vượt qua cả các diễn viên xiếc chuyên nghiệp.

Từ đó, Khôi trở thành đội trưởng của đội biểu diễn tài năng của trường Hoa Xuyến Chi. Trong các buổi diễn thuyết hoặc giảng dạy kỹ năng mềm của thầy Tuệ Tâm và các giảng viên khác trong trường, Khôi và đội tài năng nhí sẽ tham gia màn khởi động và màn thư giãn. Các em rất thích được lên sân khấu biểu diễn, được đông đảo khán giả hoan nghênh. Có những khán giả cũng lên sân khấu, thử đi xe đạp một bánh như các em, nhưng không cách nào thăng bằng được, và vì thế càng khâm phục những em nhỏ tự kỷ đã kiên trì luyện tập được ba kỹ năng phối hợp vô cùng khó khăn như thế, khâm phục sự kiên tâm của các thầy cô và huấn luyện viên trực tiếp dạy và luyện tập hàng ngày cho các em.

Ở trường Hoa Xuyến Chi, Khôi cũng là lớp trưởng một lớp học trò lớn và kiêm luôn vai trò huấn luyện viên chính cho một em nhỏ mới nhập học. Ba tháng vừa qua, Khôi cũng đã chính thức được nhận lương cho công sức huấn luyện các em nhỏ mới vào học. Em rất vui và cảm thấy mình đã trở thành người lớn, sống hữu ích. Khôi cũng đã biết đọc, biết viết, biết cộng trừ trong phạm vi một trăm, và em đang được thầy Trung dạy phép tính nhân, chia. Thấy con mình tiến bộ quá nhanh, bố mẹ Khôi đã một số lần ngỏ ý với thầy Tuệ Tâm để cho Khôi ra ngoài, đi học các trường bình thường, nhưng thầy Tuệ Tâm một mực cho rằng, làm như thế là hủy hoại năng lực của Khôi, bởi khuôn khổ gò bó của trường học thông thường được thiết kế không phù hợp với tạng của "người khổng lồ" như Khôi.

Nhưng hôm nay, sau nhiều ngày trò chuyện với thầy Tuệ Tâm và giám đốc học viện Hoa Xuyến Chi qua điện thoại, anh Chiến cùng vợ quyết định đến trường xin đón Minh Khôi về nhà.

- Khôi đang trong đà tiến bộ rất nhanh ở trường Hoa Xuyến Chi. Vậy mà anh lại đón cháu về nhà, anh không lo rằng cháu sẽ quay trở về thói cũ, nếp cũ và thụt lùi? – Giám đốc Vũ Đức hỏi Chiến.

- Thưa anh, vợ chồng chúng tôi rất biết ơn anh, đặc biệt là thầy Tuệ Tâm đã giúp cháu đổi đời. Hiện nay cháu đã phát triển được năng lực riêng, chúng tôi tin tưởng là cháu sẽ vững vàng tiến bộ. Xin chia sẻ với anh, là trong hai năm qua, vợ tôi cũng đã đi học những khóa đào tạo về dạy trẻ tự kỷ cả trong và ngoài nước. Cô ấy quyết tâm đứng ra thành lập một trung tâm giáo dục trẻ tự kỷ, và trung tâm này sẽ có hạt nhân là cháu Khôi. Cháu sẽ cùng mẹ dạy cho các em nhỏ tự kỷ có hoàn cảnh như cháu. Vợ chồng chúng tôi đã quyết định rời nhà vào Huế để sinh sống và thành lập trung tâm ở đó. Chúng tôi cũng xin phép Thầy Tuệ Tâm cho Khôi được sử dụng phương pháp của thầy Tuệ Tâm trong huấn luyện trẻ tự kỷ.

Trầm ngâm một lát, thầy Tuệ Tâm trả lời:

- Kế hoạch của anh chị dành cho Khôi rất hứa hẹn. Chúng tôi không mong gì hơn việc Khôi, hay bất cứ trò nào của trường Hoa Xuyến Chi có đủ năng lực để rời trường và thành lập một cơ sở giáo dục tương tự dành cho các trẻ tự kỷ. Khôi và trung tâm ấy sẽ là cánh tay nối dài của Hoa Xuyến Chi tới Huế. Hãy đưa Khôi đi và khi có bất cứ khó khăn nào, anh chị có thể liên lạc với chúng tôi hoặc đưa Khôi trở lại đây.

Vũ Đức khá ngạc nhiên khi thầy Tuệ Tâm lại có thể đồng ý để Khôi ra đi. Dẫu rằng Khôi là trường hợp học trò tự kỷ đầu tiên đến với thầy Tuệ Tâm, và cũng là đứa trẻ gợi lên trong thầy Tuệ Tâm một ý tưởng, để thầy lập nên trường Hoa Xuyến Chi, và sáng tạo ra phương pháp thiền động giúp cân bằng trẻ tự kỷ. Khôi đã trở thành biểu tượng cho thành công của thầy trong một lĩnh vực giáo dục đặc biệt. Và cũng không thể phủ nhận một điều, rằng Khôi đang là nhân tố có sức hút mạnh mẽ của trường Hoa Xuyến Chi.

- Khôi ra đi, là để trở về - Thầy Tuệ Tâm nói, vỗ vai Vũ Đức khi thấy anh thẫn thờ nhìn theo bóng Khôi cao vổng lên, đi giữa bố và mẹ, xa dần. Chúng ta sẽ dần tạo nên một hệ sinh thái của người tự kỷ.

Sức mạnh của tình thương

Sau bữa sáng với bát mỳ cá được nhúng một lượng đẫy đà rau cải tươi mới hái trong vườn, thầy Tuệ Tâm ngồi ngả người thoải mái trên xô pha, tay cầm điện thoại lướt mạng đọc tin tức đầu ngày. Thầy chợt dừng lại trước một bài phỏng vấn vị Tổng Thư ký hiệp hội doanh nghiệp nông nghiệp công nghệ cao Việt Nam. Thầy nhận ra gương mặt thông minh với ánh mắt nửa hóm hỉnh, nửa tinh nghịch của Huy, học trò của thầy chục năm về trước.

Đọc xong bài báo về Huy, niềm vui mừng bừng lên trong lòng thầy Tuệ Tâm. Thầy tìm số máy, gọi điện luôn cho học trò cũ:

- Chúc mừng doanh nhân tài ba nhé. Cậu lên chức Tổng thư ký hiệp hội doanh nghiệp nông nghiệp công nghệ cao Việt Nam bao giờ mà không khao tớ nhỉ? - Thầy Tuệ Tâm vẫn giữ thói quen xưng hô cậu, tớ với học trò cũ, cứ như họ là bạn hữu ngang hàng vậy.

- Thầy khỏe chứ ạ? - Huy vui vẻ reo lên - Thầy đang ở đâu vậy? Gần trưa em tới thăm thầy nhé?

- Học viện Hoa Xuyến Chi chuyển về Đào viên ở ngoại ô lâu rồi. Tớ sẽ nhắn địa chỉ cho cậu - Thầy Tuệ Tâm hồ hởi nói - Xuống đây chơi với các cháu, tớ sẽ chiêu đãi cậu món cá tươi tuyệt vời, không đâu có.

Huy buông máy, mỉm cười. Anh sẽ thu xếp công việc buổi sáng thật nhanh để đến thăm thầy Tuệ Tâm. Cảm giác hào hứng và sung sướng như anh sắp được gặp người anh ruột thương yêu xa cách lâu ngày của mình. Quả vậy, dễ tới gần một năm rồi anh chưa được gặp thầy, dù anh có nghe thông tin thầy đã di dời học viện từ nội thành ra vùng ngoại ô Hà Nội.

Thầy Tuệ Tâm là người thầy vĩ đại trong cuộc đời của Huy, người đã góp phần cơ bản làm nên con người anh hôm nay, để anh có thể đạt được những thành tựu lớn trong sự nghiệp kinh doanh của mình. Hiện Huy là chủ một doanh nghiệp nông nghiệp công nghệ cao, với sản phẩm nông nghiệp xuất khẩu Nhật Bản và châu Âu. Ngoài ra anh còn sở hữu một công ty sản xuất nước khoáng. Ngoài thời gian quản lý sản xuất kinh doanh, Huy tham gia hoạt động xã hội rất nhiệt tình, với vai trò quan trọng trong một số hội ngành nghề, và cũng là một diễn giả có uy tín.

Huy tự tin mình là một người tài ngay từ bé. Sinh ra trong một gia đình có ông nội từng là Tổng Bí thư Đảng Cộng sản, Huy chịu ảnh hưởng tư tưởng của người làm cách mạng, muốn làm việc lớn cho đất nước và cống hiến tối đa năng lực của mình cho xã hội. Là một học trò khác biệt, Huy luôn dẫn đầu trong trường cả về thành tích học tập và các trò chơi. Huy cũng đọc sách rất nhiều và biết lập kế hoạch cuộc đời mình ngay từ khi còn là học sinh phổ thông. Cậu quyết định sẽ thành lập doanh nghiệp khi trở thành sinh viên đại học. Nuôi khát vọng lớn, Huy khao khát tìm được một người thầy vĩ đại, đặng có thể chỉ ra cho cậu con đường đi ngắn nhất tới thành công cao nhất, có thể thắp lên trong cậu ngọn lửa đam mê trường tồn.

Cứ như có quý nhân phù trợ, ngay khi mới bước vào giảng đường đại học được vài ngày, sau khi chia sẻ khao khát thành lập doanh nghiệp với một người bạn lớn tuổi, thì Huy được anh này cho biết "Nếu cậu muốn trở thành người xuất chúng, thì hãy gặp thầy Tuệ Tâm". Huy đã háo hức gặp thầy ngay lập tức, và được thầy nhận vào đào tạo trong học viện. Chỉ sau ba buổi Huy được thầy cho đi dự các lớp thầy giảng cho doanh nhân, thầy Tuệ Tâm đã lập tức giao cho Huy việc chuẩn bị bài giảng kỹ năng sống cho sinh viên. Thầy tuyên bố, sau một tuần nữa, Huy sẽ thay thầy lên thuyết giảng về kỹ năng xây dựng khát vọng cuộc đời trước gần một ngàn sinh viên trường Đại học Tổng hợp. Huy khá sốc, vì nghĩ rằng anh không thể làm được. Nhưng thầy Tuệ Tâm không cho anh đường lùi. Thầy ép anh trong sáu ngày phải hoàn thành 100 trang slide bài giảng và trình cho thầy xem trước. Đêm hôm thứ sáu anh phải thực hành thuyết giảng trước các giảng viên của học viện. Ngày thứ bảy anh chính thức lên thuyết giảng trước cả ngàn sinh viên. Huy không cho phép mình chạy trốn, như một số trường hợp khác trước anh từng làm khi bị trao việc dường như không thể thực hiện được. Tuy nhiên, trong sáu ngày đó, mỗi khi anh tìm gặp thầy để nhờ thầy hướng dẫn, thì thầy phẩy tay từ chối, chỉ bảo mỗi một câu: "Cậu cứ làm theo cách của mình, những hiểu biết của mình, đừng hỏi tôi!". Cách ứng xử tàn nhẫn của thầy không khác gì đẩy Huy tới bờ vực thẳm. Anh hận trào nước mắt và thầm nguyền rủa thầy là kẻ ác độc bậc nhất thế gian. Anh không tài nào ngủ được những đêm đó vì căng thẳng. Chuyện gì sẽ xảy ra? Ngàn sinh viên trường Đại học tổng hợp sẽ cười vào mũi anh vì những điều ngây ngô anh nói. Lãnh đạo nhà trường sẽ chửi thầy Tuệ Tâm treo đầu dê bán thịt chó, vì đẩy một thằng oắt con vắt mũi chưa sạch lên sân khấu nói những điều ba lăng nhăng, thay vì chính thầy đứng thuyết giảng. Chao ôi anh chỉ muốn độn thổ, và thực bụng muốn chạy trốn.

Cuối cùng, trong lúc sắp sửa đầu hàng, anh chợt nhớ ra câu nói của một học sinh cũ thầy Tuệ Tâm rằng "Nếu bạn chỉ là một kẻ lơ mơ, bạn sẽ bị nghiền nát trong cái "cối xay thịt" của thầy Tuệ Tâm.". Huy chợt bừng tỉnh, gạt bỏ mọi sợ hãi, lo lắng, tập trung vào làm nội dung và thiết kế slide. Huy hoàn thành 100 trang của slide bài giảng, nhưng anh vẫn run như cầy sấy khi đứng trước các giảng viên của học viện để thực tập thuyết trình. Anh ấp úng, ngắc ngứ và trào nước mắt đôi lần khi thầy Tuệ Tâm hỏi vặn anh về một ý trong bài giảng. Hôm sau, trước lúc vào hội trường lớn với trùng trùng bên dưới cả ngàn anh chị sinh viên lớn tuổi hơn mình, Huy vẫn run và hỏi vớt vát: "Thầy giảng thay con được không ạ, con bị đau bụng dữ dội, không thể chịu đựng được." Thầy Tuệ Tâm chỉ trả lời đơn giản: "Cậu hãy tự tin lên, cứ nghĩ mình là Napoleon và dưới kia là lính của cậu."

Ngờ đâu, câu nói đó của thầy Tuệ Tâm đã khơi dậy một năng lực tiềm ẩn trong Huy. Anh đã tiến lên sân khấu, dù chân vẫn run. Nhưng anh đã nói thao thao bất tuyệt, nói không cho mình dừng lại. Có lúc anh đi lại khắp sân khấu như lên đồng. Mọi kiến thức trong cả hàng trăm cuốn sách mà anh miệt mài đọc từ thuở bé như được hiện ra trước mắt anh, kích thích anh chia sẻ những ý tưởng hay, những trải nghiệm tuyệt vời và khát vọng tuổi trẻ với các sinh viên lớn tuổi hơn mình ngồi bên dưới. Cảm hứng trào dâng mạnh mẽ đến nỗi, sau buổi thuyết trình đầu tiên trong đời ấy, Huy phát sốt, không thể ăn ngủ được và chỉ uống nước liên tục. Anh có cảm giác lúc ấy như không phải là anh trên sân khấu, mà là một Huy nào đó từ trong tiềm thức trỗi dậy, thăng hoa và cuốn hút người khác. Bằng việc đẩy Huy đến "bờ vực thẳm", thầy Tuệ Tâm đã tiết kiệm cho anh ít nhất mười năm cuộc đời để có thể tự tin đứng trước cử tọa cả ngàn người, và thành lập doanh nghiệp riêng ngay khi còn ngồi trên ghế giảng đường đại học. Huy thậm chí ngạc nhiên vô cùng khi thầy Tuệ Tâm bảo anh hãy bỏ học đại học và đi theo thầy. Tất nhiên anh không làm thế, đã cố gắng dành nốt bốn năm học đại học trong nước và ba năm du học nước ngoài để hoàn thành việc trang bị kiến thức. Nhưng sau khi kết thúc hành trình học hành bài bản trong các trường chính quy cả trong và ngoài nước, Huy mới vỡ lẽ ra rằng, những gì anh thu lượm được từ các ngôi trường chính quy, không sánh được với những tháng ngày anh theo thầy Tuệ Tâm đi làm thuyết giảng. Nhà trường chính quy chỉ cho anh kiến thức chuyên môn, nhưng thầy Tuệ Tâm lại truyền cho anh ngọn lửa, thắp sáng trái tim anh, để anh nhận ra những năng lực phi thường mà anh không bao giờ tự biết là mình có, nếu anh không gặp thầy và được thầy chỉ ra cho. Anh cũng biết ơn thầy vô hạn, khi anh còn là cậu sinh viên ngơ ngác, đã được thầy cho đi học các khóa học trị giá tới hai ngàn đô la của diễn giả danh tiếng nước ngoài tới Việt Nam, được thầy dẫn đến những nhà hàng năm sao, ăn những món ngon nhất. Hồi đó, Huy thường lần thần tự hỏi, thầy lấy đâu ra tiền mà cho mình học những khóa đắt đỏ như vậy, chiêu đãi mình sang trọng như thế? Anh không thể tìm ra câu trả lời, và chỉ thầm nhủ mình sẽ thành công thật lớn để đền ơn thầy, một người thầy có trái tim quá lớn, tình yêu thương trò quá lớn.

Sau này, khi đã đi làm diễn giả nhiều lần, thì Huy hiểu được ý nghĩa của việc nói "thao thao bất tuyệt", đó chính là một phương pháp để kích não, khơi dậy tiềm thức, giúp cho dòng thác lũ kiến thức, kinh nghiệm, ý tưởng sáng tạo tuôn trào. Tiềm thức là vùng bí ẩn, chứa đựng mênh mông những năng lực mà ta không ngờ tới, và sẽ chỉ bật ra phục vụ những ai biết cách kích đúng thời điểm, cởi đúng cái nút mơ hồ nào đó. Anh thích thú khi nhận ra một điều trái ngược hoàn toàn với quan điểm quen thuộc "nói dài, nói dai, nói dại" mà người đời vẫn tự trói. Anh cũng hiểu ra rằng, tại sao trước đám đông cử tọa, người thầy vĩ đại của anh lắm khi có những hoạt động linh tinh dường như không mục đích, dường như chẳng logic, dường như ngớ ngẩn hoặc khó hiểu. Đó chính là bí quyết khơi dậy tiềm thức. Ai đó có thể khơi dậy sức mạnh tiềm thức, người ấy sẽ trở nên xuất chúng.

Khi Huy vừa đậu xe dưới tán một cây long não xanh tươi trong học viện Hoa Xuyến Chi, mở cửa, thì thầy Tuệ Tâm đã ra tận nơi đón anh, bắt tay anh thật chặt, nét mặt thầy ngời lên niềm vui vô tư, trong trẻo. Huy có cảm giác rằng, cho dù bất cứ điều gì xấu nhất, tệ nhất xảy ra với anh trên đời này, cho dù cả thế giới quay lưng với anh, thì anh chỉ cần chạy đến với thầy Tuệ Tâm, thầy sẽ vực anh đứng lên và chỉ cho anh lối thoát.

Thầy dẫn anh tới gốc cây si già bên ao cá, từng chùm rễ si nâu đen rủ xuống nước như những tấm rèm trầm tư. Thảng hoặc tiếng cá quẫy, tiếng cá đớp bọt trong gió nhẹ hây hẩy, và tiếng một con khướu lảnh lót trong chùm lá nhãn phía bờ bên kia khiến tâm trí Huy nhẹ bỗng. Huy nhìn thấy hai thanh niên đang lội dưới ao, kéo hai đầu tấm lưới. Cảnh tượng bắt cá nguyên sơ ấy khiến Huy bùi ngùi xúc động, như vụt được trở về tuổi thơ bé, những ngày hè thỏa sức đi vẫy vùng ao chuôm ở quê ông nội anh tại Hà Tĩnh.

- Cá sạch dưới ao đánh lên, rau xanh hái trong vườn, chúng ta làm nồi lẩu. Không gì tươi ngon bằng. - Thầy Tuệ Tâm nói - Ngồi ăn ngay mặt nước thoáng mát như thế này khác gì tiên cảnh.

- Em nghĩ là thầy sẽ sống hai trăm tuổi đấy, thầy lúc nào cũng hạnh phúc hồn nhiên như đứa trẻ – Huy đùa – Làm sao mà thầy kiếm được một nơi như thế này?

- Trời cho thôi - Thầy Tuệ Tâm đáp – Còn tớ sống ở đây, cứ mãi là "chàng trai" ba tuổi vô tư. Tớ có tất cả mọi thứ xung quanh. Ngày ngày được chơi đùa với lũ trẻ hồn nhiên nhất, đêm đêm nghe các bậc thầy trên thế giới chia sẻ kiến thức quý. Sáng sớm chém gió với giảng viên… Cậu xem còn gì sung sướng hơn?

- Em thì vẫn không thể chịu được cảnh thầy vất vả với lũ trẻ tự kỷ, em xin lỗi nhé, chúng vô phương cứu chữa và chẳng có tương lai, cả thế giới còn đang bó tay với chúng. – Huy nói – Trong khi nếu như thầy dành tâm sức giảng dạy, huấn luyện cho những lớp người tinh hoa, để họ thành những đầu kéo mạnh, kéo cả đất nước này tiến lên, thì có phải là thầy sẽ giúp ích được nhiều hơn cho đất nước hay không?

- Cậu nói hay lắm, việc dạy lớp tinh hoa tớ để cậu làm, và những học trò cũ khôn ngoan khác của tớ làm. Còn tớ là con nhà nông dân, tớ cần dạy cho tất cả những đứa ở tầng dưới xã hội, không thể bỏ mặc chúng nó.

- Tại sao thầy dành quá nhiều tình thương cho chúng nó như thế? Phải chăng vì chúng nó tật nguyền, thiệt thòi?

- Ồ, sự thật khác hoàn toàn, chính tớ đang được chúng nó yêu thương vô điều kiện. Cậu ở lại đây một ngày đêm, chơi cùng chúng nó, để chúng nó dạy cậu cách tung bóng, đi xe đạp, đội chai nước, và hơn thế nữa, cậu sẽ thấy tình yêu thương của chúng thật trong trẻo, hồn nhiên, một tình yêu thương cổ xưa nhất, như trong một bộ lạc, không bị vấy bẩn bởi dục vọng. Cậu có xứng đáng đón nhận tình yêu thương như thế không?

Huy chợt sững ra trước câu nói của thầy Tuệ Tâm. Đây là một điều hoàn toàn khác, một bài học hoàn toàn mới. Anh chưa bao giờ nghĩ ra được điều này. Bấy lâu, anh từng day dứt tự hỏi, tại sao đất nước mình cứ mãi lận đận ở đáy của các bảng xếp hạng kinh tế, phát triển. Tại sao người Việt mình đa số vẫn khổ cực, đau đớn triền miên trong vòng quay cơm áo gạo tiền? Liệu có điều gì là thế mạnh riêng mà người Việt chưa biết khai thác để vươn lên, gây ảnh hưởng và tạo uy thế riêng của mình với thế giới?

Thì nơi đây, thầy Tuệ Tâm đã chọn tình thương. Với ánh sáng của tình thương, thầy đã có lựa chọn cao thượng, hiệu quả và bền vững hơn rất nhiều những giải pháp mà nhân loại đã lựa chọn.

Và hôm ấy, Huy đã lựa chọn ở lại cùng thầy và các học trò tự kỷ trong trường Hoa Xuyến Chi, ngủ qua đêm tại trường, cùng trải nghiệm những hoạt động bình thường hàng ngày của các em. Sáng hôm sau, Huy đã tìm ra việc mới mình cần làm nhờ cảm hứng anh có được từ thầy trò trường Hoa Xuyến Chi, đó là anh sẽ bắt tay viết và xuất bản cuốn sách có tựa đề "Việt Nam - quốc gia của tình thương". Anh hiểu rằng, TÌNH THƯƠNG chính là sức mạnh mềm đưa Việt Nam tiến lên bền vững.

Những ngôi sao lạ

Sau khi bài phỏng vấn độc đáo của Bạch Cúc về thầy Tuệ Tâm đã đăng báo cách nay hơn năm, cô vẫn thường theo dõi hoạt động của thầy và học viện Hoa Xuyến Chi trên các phương tiện truyền thông. Cô cũng luôn suy nghĩ về câu nói mà thầy Tuệ Tâm ghim vào não cô, đó là "công nghệ viết báo". Bạch Cúc nhớ là dường như ngay lập tức cô đã phản ứng lại thầy khi nghe khái niệm lạ lùng ấy, nhưng sau đó chính cô lại thử mày mò tập áp dụng. Tuy chưa thể áp dụng đầy đủ phương pháp của thầy Tuệ Tâm để tạo nên công nghệ viết báo cho chính mình, nhưng Bạch Cúc cũng đã tăng tốc độ viết lên gấp ba lần sau hơn một năm kiên trì tự luyện tập và rút kinh nghiệm.

Cô thầm biết ơn thầy, và hôm nay, cô vượt hơn ba chục cây số, ra vùng ngoại ô, tới thăm thầy Tuệ Tâm ở học viện Hoa Xuyến Chi. Trước đó, gọi điện cho thầy, Bạch Cúc được biết, cũng vì muốn có một không gian mát mẻ thoáng đãng cho các em nhỏ tự kỷ của trường Hoa Xuyến Chi, mà thầy Tuệ Tâm đã di dời cả học viện theo trường. Cô cũng muốn tìm hiểu thêm thông tin về lĩnh vực hoạt động mới của thầy trong giáo dục trẻ tự kỷ, mà cô được biết rằng, tuy là người không theo học chuyên môn ngành này, nhưng thầy Tuệ Tâm lại sớm có được những thành quả xuất sắc.

Bạch Cúc bước vào khuôn viên học viện Hoa Xuyến Chi, nơi có ngôi trường dành cho trẻ tự kỷ. Ngay lập tức cô cảm thấy dịu mắt bởi một vầng xanh mát trải ra trước mặt của lớp lớp những tảng cây nối nhau hai bên con đường từ cổng dẫn tới các khu nhà gạch xây thấp, lợp ngói âm dương với cửa sổ tò vò theo kiểu nhà cổ. Tự dưng cô chưa muốn gặp thầy Tuệ Tâm ngay mà muốn dạo bước thong dong một vòng theo con đường râm mát dưới bóng cây này. Càng đi, con đường càng nở rộng ra và Bạch Cúc chợt khựng lại trước một hàng cối đá úp ngược chắn lối đi.

Cô thấy những đứa trẻ trong đồng phục màu cam, thuộc lứa tuổi khác nhau, nắm tay nhau từng đôi một trong lúc cùng đi loằn ngoằn trên xe đạp một bánh như những nghệ sĩ xiếc. Gương mặt chúng biểu hiện những trạng thái vô cùng khác nhau. Có em thì tươi cười vui vẻ, có em lại cau có nhăn nhó. Có tiếng reo vui, có tiếng hờ dỗi hờn trong họng, có tiếng rú hét vang vọng không gian. Một bé trai, áng chừng tám tuổi, nhảy vội xuống từ xe đạp, quẳng xe giữa đường chạy ào tới ôm chầm lấy Bạch Cúc khiến cô không kịp phản ứng.

- Cô ơi, cho Bim đi chơi. Đi chơi. – Đứa bé ngước mắt lên nhìn Cúc, đôi mắt chăm chú hy vọng. Cô thấy đứa bé thật đẹp với làn da trắng trẻo và cung mày cong đều đặn.

- Chào Bim. – Bạch Cúc vừa cất tiếng thì lập tức hai đứa trẻ khác cũng chạy đến, đứa kéo áo cô, đứa kéo ba lô. Cúc hơi ngạc nhiên trước sự đón tiếp dạn dĩ và vồ vập của mấy đứa trẻ.

- Vào tập ngay! – Tiếng một thầy giáo quát lên. Anh ta xuất hiện ngay bên cạnh Bạch Cúc và gỡ mấy đứa trẻ ra.

- Cô ở lại với Bim, cho Bim đi chơi – Một đứa trẻ cố ngoái lại nói với Bạch Cúc.

Thì ra đây là những đứa trẻ tự kỷ mà thầy Tuệ Tâm đang nuôi dạy trong trường. Bạch Cúc hỏi hướng đi tới văn phòng của thầy rồi đi men theo đường chạy, vừa đi vừa ngắm nhóm trẻ đang luyện tập đi xe đạp một bánh. Cô chưa hiểu nhiều lắm về trẻ tự kỷ, chỉ biết rằng đó là những đứa trẻ khuyết tật thần kinh, có những hành vi bất thường, thiếu kiểm soát và rất khó điều trị cho bệnh khỏi hẳn được. Cô băn khoăn, không biết vì lý do gì mà thầy Tuệ Tâm lại húc vào bức tường đá này. Mặc cho thầy đã có những kết quả đáng kể với một số trò tự kỷ tiến bộ đầu tiên, nhưng con đường này còn lắm chông gai, và gian truân cực lớn. Thế giới với biết bao trung tâm nghiên cứu, bao nhà khoa học tài giỏi, các chuyên gia y tế dày công nghiên cứu, mà còn chưa thể tìm ra một giải pháp thực sự hiệu quả cho bệnh tự kỷ.

Thầy Tuệ Tâm ngồi trên một cối đá úp ngược dùng làm ghế giữa trảng cỏ xanh mát. Trông thầy an nhiên như một tiên ông trong bộ đồ trắng. Tuy nhiên, ánh mắt sắc sảo tinh quái của thầy lại như đang suy tính một kế hoạch đánh trận lừa địch. Bạch Cúc vừa ngồi xuống một cối đá đối diện thầy, thì thầy đã đi ngay vào công việc:

- Tôi đặt hàng cô một loạt bài viết về tất cả các em tự kỷ đã có thành tích trong trường Hoa Xuyến Chi.

Sau khi đăng báo, chúng ta sẽ tập hợp lại các bài báo đó thành một cuốn sách về những ngôi sao lạ. Đây sẽ là một đề tài mới, thu hút sự quan tâm của công chúng.

- Tại sao thầy lại nghĩ là công chúng sẽ quan tâm? – Bạch Cúc nghi ngờ – Hiện nay, công chúng chỉ bị thu hút bởi các chuyện về đại gia, chân dài, gái đẹp, giới showbiz và các vụ xì căng đan mà giới này tạo ra, hoặc cách kiếm tiền online mà thôi. Trong khi đó, lượng người tự kỷ chỉ chiếm 1% dân số. Vậy độc giả của những bài viết về ngôi sao lạ là ai?

- Là tất cả mọi người! – Thầy Tuệ Tâm khẳng định – Cô thấy đấy, người tự kỷ cũng là một góc của cõi nhân sinh cần được quan tâm. Đó là trách nhiệm của mỗi chúng ta. Hơn nữa, những trẻ tự kỷ ở trường Hoa Xuyến Chi này, không những chưa hề được xã hội quan tâm giúp đỡ xứng đáng, mà chúng lại cùng nhau tạo nên những điều kỳ diệu. Sống trong một cộng đồng, huấn luyện đồng đẳng, chúng đã trở thành những ngôi sao khi còn thơ bé. Người bình thường có mấy ai tạo nên thành tích sớm như vậy? Đây là một động lực chân chính, thúc đẩy mọi người vươn lên bền vững.

- Huấn luyện đồng đẳng ư? Khái niệm này hơi lạ tai, thầy giải thích rõ hơn cho em được không?

- Huấn luyện đồng đẳng (peer coaching) nghĩa là tự những đứa trẻ cùng trang lứa, cùng hoàn cảnh, giúp nhau tập luyện để cùng tiến bộ. Khi được giúp nhau, chúng hình thành trách nhiệm về người khác, nhờ đó mà phải tự phát triển bản thân. Khi vào đây, chắc cô đã thấy từng cặp đôi các em tập với nhau trên đường chạy?

- À, ra vậy. Em hiểu rồi. Ngày trước, khi còn học trung học cơ sở, chúng em đã có phong trào "những đôi bạn cùng tiến". Phải chăng huấn luyện đồng đẳng cũng dựa trên nguyên lý tình bạn và sự tiến bộ đồng đều đó?

- Đúng vậy, phương pháp này giảm áp lực cho giáo viên, tăng cường sự chủ động và sáng tạo, cũng như niềm hứng thú cho các em trong học tập, rèn luyện thành người.

- Vậy mục đích của thầy là muốn nói gì với thế giới?

- Huấn luyện trẻ tự kỷ thành tài năng, việc này mới chỉ có người Việt Nam làm được. Hơn nữa, ở đây chúng tôi đều tự làm với sự sáng tạo và công sức mình đầu tư, chưa có sự hỗ trợ nào từ nhà nước hay bất cứ tổ chức, cá nhân nào. Tự thân vận động, tự lực tự cường làm nên thành quả. Đó chính là thông điệp mà chúng tôi muốn truyền thông.

"Chó sói gửi chân"

Trường Hoa Xuyến Chi sau một loạt bài báo của phóng viên Bạch Cúc viết về các ngôi sao lạ của trường – những học trò tự kỷ vươn lên thành tài năng - được đăng thường xuyên trên một báo điện tử uy tín, đã trở thành thỏi nam châm hút các gia đình có con tự kỷ đưa con tới trường nhập học. Do số lượng học trò tăng lên nhanh chóng, dẫn tới tình trạng trường bị thiếu giáo viên, huấn luyện viên. Lúc này, Ban phụ huynh của trường nhảy vào cuộc. Họ nhanh chóng đưa một tá người tới trường, đề nghị thầy Tuệ Tâm huấn luyện cấp tốc và tuyển dụng nhóm người này vào làm việc.

Mọi việc tỏ ra khá thuận lợi trong đào tạo đội nhân sự mới được Ban phụ huynh đưa tới. Thầy Tuệ Tâm từng đào tạo được cả những thanh niên càn quấy, phá phách, bị xã hội coi là bất trị, thành những giáo viên, huấn luyện viên năng nổ nhất trong trường, thì với việc đào tạo những người đã có tâm nguyện chăm sóc giáo dục trẻ tự kỷ nào có khó khăn gì. Đội này nhanh chóng nắm bắt được công việc, học được kiến thức cơ bản trong phương pháp đặc thù của thầy Tuệ Tâm trong giáo dục đặc biệt và chỉ sau nửa tháng là họ đã có thể làm việc với các em nhỏ tự kỷ. Thầy Tuệ Tâm cảm thấy biết ơn Ban phụ huynh vì đã giúp mình tìm người trong lúc thiếu nhân sự.

Nhưng ngay sau đó, Ban phụ huynh đã gợi ý thầy Tuệ Tâm nên cổ phần hóa trường Hoa Xuyến Chi, để một số người có máu mặt trong Ban phụ huynh trở thành cổ đông sở hữu trường. Khi nghe gợi ý này, thầy đã lập tức từ chối, bởi thầy đọc ra ý định đằng sau việc họ thúc đẩy cổ phần hóa nhà trường. Không chỉ nhìn thấy việc con cái mình được tiến bộ vượt bậc ở trường Hoa Xuyến Chi, những phụ huynh đại gia và quyền lực còn nhìn thấy mối lợi tiền bạc rất lớn từ việc đầu tư mở rộng trường theo con mắt kinh tế của họ. Thầy Tuệ Tâm không muốn tham vọng lợi nhuận này làm vấy bẩn động lực của chính thầy và đội ngũ giảng viên, huấn luyện viên của trường, không muốn những học trò ngôi sao của trường trở thành con chim mồi.

Đích thân ông Tùng – chủ sở hữu Đào viên, nơi học viện và trường Hoa Xuyến Chi đang mượn để làm trụ sở làm việc và đào tạo – đã nhiều lần gọi điện cho thầy Tuệ Tâm ép thầy cổ phần hóa trường Hoa Xuyến Chi. Nhưng khi ép thầy không được, ông Tùng đã cho vợ mình đón con trai là Ngọc "người ngoài hành tinh" từ trường Hoa Xuyến Chi về nhà ở Đà Lạt. Ông cũng xúi giục chị Phương – Trưởng Ban Phụ huynh – và những đại gia quyền lực khác có con đang học tại trường đón con về nhà. Sau đó, ông bới bèo ra bọ, tìm cách xúi giục các cơ quan chức năng ở địa phương cử các đoàn kiểm tra vệ sinh, an toàn, tạm trú tạm vắng,... tới trường Hoa Xuyến Chi kiểm tra đột xuất, xử lý những vi phạm nhỏ nhặt, cốt để khiến thầy Tuệ Tâm rối trí. Chính ông Tùng cũng cử trợ lý của mình tới trường để vạch vòi những cải tạo, xây mới từ thời nhà trường di chuyển về khu Đào viên đã "làm hỏng" quy hoạch tổng thể ban đầu ra sao. Mặt khác, ông Tùng và chị Phương cũng nhanh chóng thành lập một cơ sở đào tạo trẻ tự kỷ tuổi dậy thì ở trường Sunlights của vợ chồng Phương, sao chép mô hình đào tạo đặc thù của trường Hoa Xuyến Chi. Sau đó, họ bí mật liên lạc với các nhân sự chủ chốt đang làm việc tại trường Hoa Xuyến Chi để mời về Sunlights làm việc, hứa hẹn mức lương cao gấp đôi hiện tại họ đang được nhận. Ngay khi mua chuộc được hai trong số tám nhân sự chủ chốt của trường Hoa Xuyến Chi, họ đã lập tức rút về đám người trước đó được họ gửi đến trường với mục đích bổ sung nhân sự, nhưng thực chất là để học lỏm các bí quyết đào tạo của thầy Tuệ Tâm. Ông Tùng và chị Phương yên chí rằng, họ đã nắm trong tay "bí quyết" cốt lõi của thầy Tuệ Tâm để mở trường mới đào tạo trẻ tự kỷ tuổi dậy thì ở Sunlights, cạnh tranh với chính trường Hoa Xuyến Chi của thầy Tuệ Tâm.

Chiêu "chó sói gửi chân" không lạ, nhưng dẫu gì thì trường Hoa Xuyến Chi cũng đã dính mắc vào đó. Giám đốc Vũ Đức tỏ ra khá lo lắng khi đám học trò con đại gia và giới quyền lực cứ rút dần, rút dần, mà đây lại là nhóm chủ lực đóng học phí cao, nguồn thu chính cho trường. Trong số phần đông học trò còn lại, hầu hết là con nhà có mức thu nhập trung bình, trả mức học phí vừa đủ để chi phí cho con họ, còn một phần nhỏ các em có hoàn cảnh gia đình khó khăn, thì được nhà trường nuôi ăn học, bố mẹ không phải trả một đồng nào.

- Thưa thầy, con nghĩ chắc chúng ta khó có thể ở lại đây, khi ông Tùng đã rút con mình đi. Ban đầu ông ấy nói cho chúng ta mượn Đào viên vì mục đích cống hiến cho xã hội, phục vụ các cháu, nhưng với tình hình này, thì con hiểu rằng đó chỉ là lời chót lưỡi đầu môi mà thôi. – Giám đốc Vũ Đức nói với thầy Tuệ Tâm.

- Hãy chuẩn bị phương án cơ sở khác để chuyển trường đi trong trường hợp xấu nhất. – Thầy Tuệ Tâm nói ngắn gọn, rồi lập tức hỏi – Anh rút ra được bài học mới nào từ sự việc bất ý này?

- "Miếng pho – mát miễn phí chỉ có trong cái bẫy chuột", thầy đã từng nói với con điều này. – Vũ Đức trầm ngâm – Con chỉ hơi băn khoăn về hai nhân sự chủ chốt của trường đã theo lời đường mật của bên kia mà bỏ trường Hoa Xuyến Chi.

- Việc họ bỏ đi là tốt cho chúng ta. Đây là một lần sàng lọc nhân sự. – Thầy Tuệ Tâm nói – Thuở nhỏ sống ở vùng quê Nghệ An, tớ có lần cứ mải mê xem mẹ tớ sang sẩy gạo, dưới đôi tay xoay dẻo quẹo của bà, những hạt đớn lọt xuống, mày trấu bay đi, chỉ còn lại những hạt gạo to mẩy nhất trên sàng.

Khói và cuộc di dời lặng lẽ

Thầy Tuệ Tâm đứng sừng sững giữa cửa chính phòng làm việc, hai tay khoanh lại, những nếp nhăn trên trán hằn sâu thêm, và đôi mắt tròn nhỏ vốn tinh quái giờ đây vằn lên tia giận, long lên như mắt con chim cắt, hướng về luồng khói than đen đục đang trườn sang khu học viện Hoa Xuyến Chi từ phía lò sản xuất than ngay bên cạnh. Cứ mỗi khi có gió hướng Bắc là thầy trò Hoa Xuyến Chi lại hứng trọn luồng khói than độc hại.

Chừng hai tháng nay, bên cạnh khu trường Hoa Xuyến Chi, nhà máy sản xuất than bắt đầu đi vào hoạt động. Điều này thầy Tuệ Tâm đã không ngờ tới khi quyết định chọn khu Đào viên ở ngoại ô làm trụ sở cho học viện và trường Hoa Xuyến Chi. Bởi khi đi khảo sát, thầy có hỏi về khu nhà xưởng đang bỏ trống bên cạnh Đào viên, thì được trả lời rằng đó là khu nhà bỏ hoang lâu rồi.

Phảng phất trong không khí quanh thầy, là mùi khói than ám ảnh. Nó không quá đậm đặc, thầy có thể quen với nó, rồi không cảm thấy nó nữa, nhưng chính lúc đó, là nó đã ám vào quần áo thầy, ám vào da thịt, ngấm vào xương máu, hơi thở. Chính thầy cũng sẽ sinh bệnh vì làn khói này, nói gì tới hơn năm chục học trò vốn sẵn tâm bệnh của thầy đang sinh sống trong khu học xá này.

Những ngày hè nóng nực, khói như dày hơn, khó thở hơn, và những học trò tự kỷ trường Hoa Xuyến Chi cũng khó bảo hơn bình thường. Những tiếng la hét chói lói vang lên thường xuyên, cả trong đêm khuya thanh vắng. Thật man rợ, thằng cha Hợi đang hun khói đàn học trò đáng thương của thầy Tuệ Tâm như hun chuột! Thế mà cứ mở miệng ra là hắn ngọt nhạt tình thương mến thương với các cháu.

Thầy Tuệ Tâm quay vào phòng, đóng sầm cửa lại. Thầy lấy máy điện thoại, gọi Hợi sang uống chè.

Chưa đầy dăm phút sau, gã hàng xóm với gương mặt vêu vao lưỡi cày, làn da tai tái đã gõ cửa phòng làm việc của thầy Tuệ Tâm. Hợi mặc quần âu đen cũ, đã mất cả đường là pli, với cái áo thun màu cháo lòng lụng thụng, khiến người ta phải hiểu là gã vừa lăn từ trên giường xuống. Mái tóc bạc phân nửa điệp với những nếp nhăn sâu bên mép thể hiện đúng tuổi lục tuần của Hợi.

- Có chuyện gì mới mà bác vời em sang uống chè sớm thế!? – Hợi giả lả cười cầu an.
- Chuyện muôn năm cũ, nhưng chưa giải quyết được – Thầy Tuệ Tâm rót chén chè, đặt trước mặt Hợi, nheo cặp mắt tròn giễu cợt nhìn gã hàng xóm – Ông người thấy mùi gì chứ?
- Khói! – Hợi nói, nhấp ngụm chè mạn, chè quá đắng, hẳn là Thầy Tuệ Tâm đã bỏ chè quá tay.
- Mỗi tháng, ông thu lời bao nhiêu từ lò sản xuất than này? – Thầy Tuệ Tâm khoanh tay, hất hàm hỏi Hợi.

- Cũng khoảng ngàn đô! - Hợi nói, đặt chén nước chè xuống bàn, ngón tay cái miết đi một giọt nước chè rớt trên mặt bàn.
- Vậy là mỗi tháng mày bỏ túi hơn hai chục triệu. Vì số tiền đó mà mày nỡ hun khói chết lũ trẻ của tau! - Thầy Tuệ Tâm lên giọng.
- Ấy, sao bác lại đổ tiếng oan cho em? - Hợi vẫn mềm mỏng, cố nặn nụ cười cầu an dù meo méo hơn trước - Bác mới chuyển khu học xá tới đây được hơn một năm, trong khi lò sản xuất than xuất khẩu của em xây dựng đã được bảy năm rồi.
- Nhưng lúc tau chuyển trường học tới đây, thì đó chỉ là khu nhà bỏ hoang. Mày phải dọn lò than khỏi nơi này. - Thầy Tuệ Tâm găn giọng.
- Bác cứ nói đùa! - Hợi gãi gáy - Bây giờ cả nhà em trông vào lò than, vả lại, đó là niềm tự hào của em. Em đã nghiên cứu chục năm trời mới ra được loại than sinh thái này, được khách hàng Hàn Quốc chấp nhận nhập khẩu, đâu phải ai cũng làm được!
- Vậy việc trường Hoa Xuyến Chi dạy dỗ, đào tạo những đứa trẻ tự kỷ thành người có ích, tạo một cộng đồng sống vui vẻ cho chúng, một việc cả thế giới bó tay, thì sao? Các em tự kỷ lại không xứng đáng được sống ở một khu vực an toàn và trong lành?
- Nhưng bác không thể chỉ nghĩ cho bác và trường Hoa Xuyến Chi của bác, mà không nghĩ cho em... - Hợi cúi mặt nói, tự tay rót thêm cho mình chén chè. - Ai cũng có quyền được sống, làm ăn...
- Thôi được. Hàng tháng tau sẽ trả cho mày hai chục triệu, nếu mày chịu dọn nhà máy sản xuất than này

đi chỗ khác. Dùng đất đó trồng rau, cây ăn quả phục vụ cho các cháu trường Hoa Xuyến Chi. – Thầy Tuệ Tâm kết luận.

- Vấn đề không phải là tiền… - Hợi thở hắt ra.
- Vậy thì vì cái gì? Vì cái sĩ diện hão của mày à? Vì cái đó, mày sẵn sàng thải khói ra đầu độc lũ trẻ của tau, đầu độc môi trường? Mày hãy dẹp ngay, không thì đời mày khốn nạn… Hẳn mày hiểu luật nhân quả ở đời?

Hợi không đáp, chỉ nhếch mép cười, khoanh chặt hai tay trên ngực. Nếu không hướng theo Phật, thì hẳn Hợi đã nện vào mặt thầy Tuệ Tâm cho đổ máu mũi.

Ba hôm sau, lại gió hướng Bắc. Hợi đứng ở khu sản xuất than sinh thái băn khoăn nhìn luồng khói tràn sang khu trường Hoa Xuyến Chi. Đó là việc bất đắc dĩ, Hợi đâu có muốn. Lỗi là tại thầy Tuệ Tâm, không khảo sát kỹ môi trường, chỉ vì mối lợi mà chuyển khu trường tới đây. Trước kia, khu trường vốn là một khu du lịch, được xây bởi một đại gia trong ngành du lịch, nhưng do nhiều nguyên nhân khác nhau, khu này kinh doanh ế ẩm, bị bỏ không hoạt động suốt ba năm trời. Cho đến khi vị đại gia kia gửi con trai vào khu trường, thấy cơ sở vật chất chật chội, nên ngỏ ý muốn cho thầy Tuệ Tâm sử dụng khu du lịch miễn phí để các cháu được sống trong môi trường thoải mái hơn. Thầy Tuệ Tâm đã lập tức chuyển trường về khu du lịch nằm giữa miền đồng quê này. Trường thậm chí còn vui mừng kết thân với hàng xóm Hợi, chén chú chén anh, trà cháo sớm tối với nhau thật vui vẻ. Cho đến khi Hợi có đủ điều kiện cho nhà máy sản xuất than, và những cơn gió từ hướng Bắc thổi tới, lùa tất cả khói xưởng than của Hợi sang khu trường, thì mâu thuẫn bắt đầu.

Nhưng thầy Tuệ Tâm không thể cứ xưng xưng mà ép Hợi phải chuyển xưởng than đi chỗ khác được! Dù thầy hứa trả tiền cho Hợi hàng tháng, nhưng Hợi mặt mũi nào nhận tiền như thế, quá bằng thầy nhổ vào mặt Hợi! Làm người ai làm thế!

Điện thoại lại réo, điện thoại sáng sớm thế này chắc chỉ có thầy Tuệ Tâm gọi Hợi để ép chuyện khói. Hợi mặc kệ, không thèm nhìn điện thoại. Gã vào nhà tắm, lột quần áo, đứng dưới vòi sen, mặc cho dòng nước mát chảy từ đầu xuống tấm thân vừa hết cơn ngái ngủ. Phải quên chuyện này đi. Phải buông!

Chầu tắm thư giãn khiến Hợi thoải mái hơn. Hợi ăn sáng với tô mỳ thịt bò vợ bưng lên tận bàn, rồi khoan khoái pha một ấm chè. Giờ thì Hợi sẵn sàng đối diện với bất cứ chuyện gì.

Gã mở điện thoại xem. Thì ra có cuộc gọi nhỡ của Tuyến. Tuyến là bạn học cũ của Hợi, có con trai bị tự kỷ đang sinh sống, học tập trong trường Hoa Xuyến Chi. Chính Hợi đã xui Tuyến đưa con trai tới trường Hoa Xuyến Chi nhập học vì gã tận mắt thấy học trò của thầy Tuệ Tâm tiến bộ rất nhanh. Hợi gọi lại cho Tuyến, sau một câu thăm hỏi, thì Tuyến lập tức đòi Hợi phải ra giải pháp để tiêu trừ khói.

- Tôi đang nghiên cứu giải pháp thu khói – Hợi nói, cố gắng trấn an bạn học – Có một giải pháp có vẻ khả quan, tôi đang thử nghiệm.

- Trong lúc ông còn đang thử nghiệm, thì thằng con tôi chết sặc khói rồi! – Tuyến gay gắt nói qua điện thoại. – Ông phải dừng sản xuất ngay. Ông cần bao nhiêu tiền, tôi sẽ trả ông, để đổi lại không khí trong lành cho con tôi và các bạn nó được thở.

- Vấn đề không phải là tiền – Hợi đáp.

- Vấn đề là ông đang hàng ngày hun lũ trẻ như hun chuột! – Tuyến gần như hét lên – Ông có là người không hả? Nếu con ông cũng bị tự kỷ, và sống trong trường Hoa Xuyến Chi, thì ông vẫn hun chết nó ư?

- Làm gì mà căng với nhau thế, ông bạn? – Hợi vẫn ngọt nhạt.

Nhưng Tuyến đã ngắt máy.

Giải pháp dùng tháp hấp thụ để khử khói mà Hợi thử nghiệm thất bại, loạt than mới ra bị ẩm, khách hàng Hàn Quốc phàn nàn và trả lại hàng. Hợi đành dỡ bỏ hệ thống khử khói, tốn một mớ tiền, thêm bực bội mãi không dứt được. Trong khi đó, thầy Tuệ Tâm hàng ngày làm khó Hợi bằng cách cho nhân viên nhà trường sang thuyết phục Hợi dời đi. Dời là dời thế nào? Tại sao chẳng ai chịu nghĩ cho Hợi, mà chỉ nghĩ đến quyền lợi của họ thôi?

Hôm nay trời lặng gió, có lẽ Hợi sẽ được để yên một chút. Hợi khe khẽ bước về phía hàng rào, nhìn sang hồ nước ngăn cách giữa khu học xá và khu xưởng than của Hợi. Bỗng mắt Hợi chú ý tới xao động tới tấp trên mặt hồ, góc phía Nam gần khu nhà ở của học trò trường Hoa Xuyến Chi. Hình như có đứa trẻ rơi xuống nước thì phải. Dù quanh hồ đã được rào chắn lưới rất cao, nhưng trẻ tự kỷ vẫn có thể bằng cách trời đánh thánh vật nào đó mà vượt qua rào, nhảy xuống hồ nước. Tụi trẻ tự kỷ hầu như rất thích nước.

Hợi chạy vào nhà, lấy điện thoại. Gã định gọi cho thầy Tuệ Tâm để báo tin, nhưng khi chạy ra đến gần hồ nước, thì gã chợt đổi ý định. Gã chụp hình đứa trẻ đang vùng vẫy sắp chết đuối. Đây có thể là bằng chứng chống lại thầy Tuệ Tâm và trường Hoa Xuyến Chi. Họ đã bất cẩn để trẻ tự kỷ rớt xuống nước mà không hề biết. Nếu có chuyện xấu xảy ra, chắc chắn truyền thông sẽ um xùm, công an, tòa án, chính quyền, gia đình các cháu và mạng lưới tự kỷ sẽ vào cuộc, và trường Hoa Xuyến Chi sẽ không thể yên ổn ở nơi này được nữa. Khi bị tất cả những rắc rối đó làm phiền, họ sẽ quên khói đi.

Nhưng mà, tại sao tim Hợi lại đập bất thường như thế này? Cứ như là Hợi đang định giết người vậy.

Hợi chấm ngón tay vào màn hình điện thoại thông minh, kéo giãn to ảnh vừa chụp để xem. Hợi bỗng gai người khi nhận ra đứa trẻ đang vùng vẫy sắp chết đuối kia, chính là cu Tơn, con trai của Tuyến.

Lặng đi vài giây, rồi Hợi chợt nghĩ ra, gã có thể tận dụng thời cơ này. Hợi bèn chuyển ngay tấm ảnh vừa chụp được cho Tuyến.

Cu Tơn được vớt lên, nhợt như một xác chết. Bác sĩ trong trường đã cứu được em, nhưng Tơn phải vào bệnh viện điều trị mất cả chục ngày. Hợi không biết chuyện gì đã xảy ra giữa gia đình Tuyến và Trường, nhưng một tháng sau đó, trường Hoa Xuyến Chi đã dời đi nơi khác, một cách lặng lẽ.

Hợi không bị thầy Tuệ Tâm làm phiền nữa. Nhưng chỉ có một tin nhắn của người bạn học đến máy điện thoại của Hợi, sau khi con anh ta được cứu sống, làm phiền Hợi mãi không thôi. Tin nhắn vỏn vẹn có dăm từ "MÀY KHÔNG PHẢI LÀ NGƯỜI!"

Hợi chỉ nhếch mép cười khẩy. Vậy thì Hợi là cái gì? Là quỷ ư?

Quỷ thì không bao giờ ngủ. Gã không thể ngủ được, kể từ khi ấy. Bởi hàng đêm, những đụn khói cứ lặng lẽ bủa vây phòng ngủ, thít chặt phổi gã, nhiễm vào tận xương tủy…

Phần IV Những bước tiến mới

Nơi ta tỏa sáng

Trước hai sự việc bất ý, một là ông chủ khu Đào viên nơi trường Hoa Xuyến Chi mượn địa điểm trú đóng liên tục gây khó dễ, hai là khu nhà máy sản xuất than phả khói sang ám toàn bộ trường, thầy Tuệ Tâm quyết định phải một lần nữa dời trường đi nơi khác. Khi thầy Tuệ Tâm và Giám đốc Vũ Đức còn đang chưa tìm ra một nơi nào hợp lý, thì cô Duyên đã đưa ra một phương án địa điểm được thầy chấp nhận ngay, đó là Trường Đại học thể dục thể thao Bắc Ninh.

Duyên đã cho thấy sự tháo vát của cô khi chỉ trong nửa ngày, cô đã thu xếp được với lãnh đạo trường Đại học Thể dục thể thao cho phép học viện và trường Hoa Xuyến Chi thuê địa điểm và sử dụng khuôn viên vườn cây của trường Đại học cho các trò tự ký luyện tập. Xét ra, việc không quá lớn, nhưng Duyên cảm thấy tự hào rằng mình đã có chút đóng góp với thầy Tuệ Tâm trong lúc thầy khó khăn.

Trên đời này, nếu có người mà Duyên thấy biết ơn và luôn sẵn lòng làm mọi việc theo, thì đó là thầy Tuệ Tâm. Cô coi thầy như thần tượng của mình. Duyên đã ấn tượng mạnh với học viện Hoa Xuyến Chi nhờ hai chị của mình đã từng làm việc ở đây thời sinh viên. Dù sau này, khi tốt nghiệp ra trường, các chị của Duyên đã đi làm nhưng mỗi khi sinh nhật học viện, đều trở về để chúc mừng thầy Tuệ Tâm, người thầy lớn nhất của cuộc đời họ, khiến cuộc đời họ thay đổi theo hướng tích cực hơn.

Tốt nghiệp loại giỏi khoa Công nghệ thông tin Đại học Sư phạm kỹ thuật Vinh, nhưng khi nghe các chị ruột của mình kể về Thầy Tuệ Tâm, Duyên rất tò mò, và cũng muốn được theo học thầy, bằng cách xin vào học viện Hoa Xuyến Chi để làm việc. Điều khiến cô cử nhân trẻ đến quyết định có phần khác thường này của mình, còn bởi khi đang là sinh viên, Duyên đã thích tham gia các hoạt động đoàn, hội. Cô cũng được kết nạp Đảng ngay khi còn trên giảng đường. Năm 2012, Duyên là 1 trong 10 nữ sinh viên Công Nghệ Thông Tin tiêu biểu toàn quốc được Bộ Khoa Học Công Nghệ tặng bằng khen.

Ban đầu, khi đến với học viện Hoa Xuyến Chi, Duyên xin được làm việc ba tháng để học thầy Tuệ Tâm và triết lý của thầy. Hết ba tháng, cô xin ở thêm sáu tháng nữa, rồi một năm, và cuối cùng cô quyết định làm việc luôn ở đây. Cho đến bây giờ, Duyên mừng vì mình đã có một quyết định quan trọng nhất, đến học viện, được giao nhiệm vụ dạy trẻ tự kỷ trong trường Hoa Xuyến Chi thuộc học viện, và gắn bó với nơi này, cô xác định, đây là nhà mình và thầy Tuệ Tâm là cha.

Nhìn những em bé tự kỷ phá phách, tự đập đầu gây chấn thương cho mình, hoặc đánh người, ném đồ bất thình lình, việc huấn luyện các em vô cùng khó khăn, bố mẹ Duyên hay bất cứ ai đều nghĩ rằng công việc này quá vất vả, cực nhọc, thậm chí nguy hiểm, không ổn định và chẳng có tương lai. Gia đình cũng vận động

Duyên nghỉ việc ở đây để tìm công việc khác gần nhà ở Nghệ An. Nhưng thật ngạc nhiên khi Duyên chia sẻ rằng, cô thấy công việc là một cô giáo dạy trẻ tự kỷ cũng bình thường như bao việc khác mà thôi. Quan trọng là do góc nhìn và cách nhìn, mà điều này Duyên học được từ người Thầy lớn của mình là thầy Tuệ Tâm, rằng khi thực sự yêu công việc mình làm, tập trung vào công việc thì chẳng có việc gì là khó khăn, vất vả. "Làm việc ở đây, vừa được chơi với trẻ con suốt ngày, vừa được trả lương, thì còn gì sung sướng cho bằng!" – Đó là câu trả lời của Duyên cho bất cứ ai dò hỏi về công việc thú vị của cô.

Không như những thầy cô giáo ở các trường học thông thường, thầy cô giáo trong trường Hoa Xuyến Chi được phân công ngủ cùng các con. Cô Duyên được bố trí ngủ cùng các em gái. Một số người hỏi Duyên rằng, ban đêm cô có ngủ được không, khi các em nhỏ tự kỷ thường thức dậy nhiều lần ban đêm, tiêu, tiểu khó kiểm soát, Duyên cho biết cô vẫn có thể ngủ, vài lần thức dậy ban đêm kiểm tra hoặc hỗ trợ các em thì cũng đã quen rồi, giống như các bà mẹ có con nhỏ luôn thức dậy ban đêm vài lần rồi lại ngủ tiếp đó thôi. Đó là việc bình thường, chẳng ảnh hưởng gì tới sức khỏe. Cả ngày cô được huấn luyện các con ngoài trời, hoạt động thể chất tích cực nên đêm đến cứ đặt mình xuống giường là cô ngủ, ngủ rất sâu, rất ngon.

Duyên được phân công làm "mẹ" của em Mít, em Hà. Được làm mẹ của con, thì thật xúc động. Cô không chỉ được theo sát em ngày đêm, huấn luyện em đi xe đạp một bánh, đi tiến thành thạo thì đi lùi, tiếp đó vừa đi xe đạp một bánh, vừa đội chai nước trên đầu cân bằng, vừa tung hứng ba quả bóng. Việc huấn luyện kỹ năng phức tạp và khó này là để giúp các em dần kết nối đường truyền thần kinh, phục hồi trí tuệ. Bên cạnh đó, Duyên còn dạy các em học nói, đọc chữ, học cách tự chủ trong các sinh hoạt đời thường, vệ sinh cá nhân... Và phần thưởng vô giá cho việc làm mẹ, đó là tình yêu của các con. Những cái ôm xiết thật chân thành, thật lâu, những nụ hôn, ánh nhìn tha thiết của các con dành cho người mẹ trẻ, cô giáo Duyên là những tấm huy chương vô hình lặng lẽ, hàng ngày gắn cho cô. Một số phóng viên đã gọi vui Duyên và những cô giáo trẻ tại đây là những "người mẹ trẻ chưa chồng đông con". Quả vậy, chẳng mất công sinh, mà lại có những đứa con yêu mình chân thành. Điều đó chỉ có được ở trung tâm này.

Duyên tâm niệm, sống ở trường, các con tiến bộ nhanh mà bản thân các "mẹ", các "bố" cũng trở nên tốt hơn. Khi mình cần dạy bảo ai đó điều gì, thì mình phải là tấm gương, bản thân mình phải phát triển, nâng cấp mình lên. Đơn cử việc muốn các con đi ngủ từ 9 giờ tối, thì mình cũng phải đi ngủ, phải tắt điện thoại và lên giường. Trước kia, ở nhà thì "con", "mẹ" đều thức tới 1 hoặc 2 giờ sáng, rất không có lợi cho sức khỏe. Nay ở trường, rèn thói quen ngủ sớm dậy sớm, nề nếp sinh hoạt điều độ khiến các "bố", "mẹ" và các con đều khỏe về thể chất, tiến bộ về tinh thần và trình độ.

Tại trường, Duyên đã góp phần giúp những em nhỏ tự kỷ được tiến bộ thần tốc, trở thành kỷ lục gia như Khôi, Khánh, mà "phương thuốc thần thánh" chính là rèn tập thật quy củ. Có những em hình thành thói quen xấu là liên tục lục đồ để tìm sữa bột, tìm muối ăn hết cả hộp, có em quen đập đầu chảy máu lênh láng, có em lại quen đánh người, thậm chí thầy giáo Nghiêm ở trường còn bị trò tự kỷ tấn công bất thình lình không đỡ kịp, phải đi khâu vài mũi trên trán… Những thói quen xấu đó của các em đã hình thành qua cả chục năm, giờ muốn thay đổi thì phải kiên nhẫn và rèn tập quy củ, lấy thói quen mới đè lên và xóa thói quen cũ.

Khi vào sống và học tập trong trung tâm, mỗi con được một 'bố" hoặc "mẹ" mới chăm sóc, theo triết lý riêng của thầy Tuệ Tâm là "Vừa yêu thương, vừa kỷ cương", khi "bố", hoặc "mẹ" nào gắn bó với con quá, yêu con quá mà nhẹ kỷ cương, khiến con nhờn, nhũng nhiễu, phụ thuộc… thì lập tức thầy sẽ yêu cầu đổi "bố", "mẹ". Duyên cũng từng làm mẹ của em Mít, sau đổi sang em Hà.

Chính sự tiến bộ trông thấy hàng ngày của các con khiến Duyên có thêm động lực, tin tưởng vào con đường đã chọn của mình. Duyên có thể say sưa kể về những trường hợp tiến bộ như em Tấn "đánh đầu" – khi ở nhà thì liên tục đánh đầu, nhưng khi đến trường được hai tuần đã giảm được thói xấu này đến 80%, em Nam có năng khiếu kể chuyện hay, thường đứng lên bục kể chuyện trong các lễ sinh nhật của bạn, em Tuấn Minh hát tiếng Anh rất hay, từng biểu diễn trước 1200 bạn học sinh ở một nhà trường phổ thông trong một hoạt động hòa nhập xã hội…

Từng ngày một, Duyên quan sát và tích lũy kinh nghiệm, kiến thức đào tạo trẻ tự kỷ, để biết tìm ra hoàn cảnh, môi trường giúp các em tỏa sáng. Một câu nói của thầy Tuệ Tâm đã ảnh hưởng lớn đến suy nghĩ của Duyên "Thầy có thể không công bằng, nhưng ông trời luôn công bằng. Con muốn gì thì phải nói ra, đừng chờ đợi!". Duyên biết, cô cần ở bên thầy lâu hơn nữa để học tập, học tư duy, và định hướng đi chắc chắn cho mình, tìm ra sứ mệnh của mình. Sau này, khi đã hội đủ mọi điều kiện, Duyên sẽ mở chi nhánh trường Hoa Xuyến Chi tại quê nhà mình ở Nghệ An, để tạo một môi trường phù hợp nhất phát triển các em nhỏ tự kỷ tại đây. Cô muốn xã hội thay đổi nhận thức về trẻ tự kỷ. Rằng các em không phải là thứ bỏ đi, không phải là gánh nặng cho xã hội, các em cần một môi trường phù hợp để phát triển và tỏa sáng. Ước mơ đó của cô giáo trẻ thật đẹp, thật lạ và thật ý nghĩa. Duyên ý thức rằng, điều quan trọng với mỗi người, đó là xác định cho đúng mình nên tỏa sáng ở đâu.

Bác sĩ ben

Chiếc ô tô bảy chỗ có in logo của tập đoàn cà phê Trung Nguyên trên cánh cửa nảy lên khi vượt qua gờ giảm tốc lối vào cổng trường Đại học Thể dục Thể thao Bắc Ninh. Bác sĩ Ben ngửa cổ nhìn cột cổng bê tông đồ sộ, chắc chắn như một ngọn tên lửa nhắm thẳng hướng trời xanh. Tiếp đó là hai hàng cây bằng lăng hoa tím hai bên lối vào trường đang nở rộ chào hè, như tíu tít vẫy cờ hoa đón Ben. Ben thấy nhẹ nhõm hơn, dù ông đã khá phân vân khi nhận lời tới thăm một trường dành cho trẻ tự kỷ nằm trong khuôn viên này, bởi ông đã phải hủy một chuyến đi thăm làng cổ Đường Lâm cùng một nhà tâm lý học Việt Nam, người bạn học cùng ông thời họ ở Pháp. Thầy Tuệ Tâm đã cho người đánh chiếc xe bảy chỗ này tới tận khách sạn đón Ben tới thăm trường.

Ben là tên gọi thân mật của bác sĩ thần kinh Benjamin Pavard người Pháp. Ông đồng thời là một nhà khoa học thần kinh, một giáo sư khoa tâm lý Đại học Aix Marseille của Pháp. Trong chuyến công tác sáu ngày tới Việt Nam dự một Hội thảo quốc tế về khoa học thần kinh tại Hà Nội, ông cũng có những buổi nói chuyện với sinh viên khoa tâm lý trường Đại học Khoa học Xã hội và nhân văn, trường Đại học sư phạm, trường ĐH Văn Hiến và một số trường khác. Lịch làm việc xen kẽ việc đi thăm một số danh thắng quanh Hà Nội của Ben rất sít sao, không có thời gian trống. Tuy nhiên, trong một buổi Hội thảo, ông đã bất ngờ trước việc một nhà tâm lý học tự thân xuất hiện cùng các học trò tự kỷ của ông ta, và cố gắng chứng minh cho ông cũng như các nhà khoa học khác về một kết quả bất ngờ trong huấn luyện trẻ tự kỷ thành tài, mà ông ta gọi là nguyên lý "y học thực chứng". Nhà tâm lý học tự thân này đã thiết tha mời Ben về thăm cơ sở chăm sóc, huấn luyện trẻ tự kỷ của ông ta. Ben đã nhận lời, dành hai tiếng đồng hồ quý giá của mình trong thời gian lưu lại Việt Nam để tới thực địa trường Hoa Xuyến Chi.

Thầy Tuệ Tâm không đón Ben trong phòng tiếp khách, mà đón ngay ở đường chạy dành cho trẻ tự kỷ luyện tập. Con đường gạch đỏ lát nghiêng chéo cạnh trông thật quyến rũ dưới hai hàng cây vải thiều lá dày tỏa bóng. Những đốm nắng xiên qua kẽ lá trượt trên những khuôn mặt trẻ thơ đang vui vẻ nắm tay nhau nhoăn nhoắt đạp xe một bánh như những nghệ sĩ thực thụ trên đường khiến Ben mê mẩn. Từ phía xa nhìn lại, những bóng dáng nhỏ nhé nhanh nhẹn trong đồng phục màu cam ấy như những đốm lửa nhỏ bay lượn trong bóng râm âm thầm mà tinh khiết. Vẻ đẹp như ảo ảnh giữa một vùng mênh mông nắng nhiệt đới ấy khiến Ben nheo mắt. Ông lôi vội máy ảnh trong cặp ra, chớp luôn vài kiểu như muốn lưu bằng được cái cảm giác rất lạ kia, như sợ nó bỗng dưng biến mất khi ông dụi mắt.

Thầy Tuệ Tâm bắt tay Ben hồ hởi, rồi dẫn vị bác sĩ ngoại quốc tới bên đường chạy. Lũ trẻ trong đồng phục cam nhận ra người lạ, chúng tới tấp lao đến, cất tiếng chào ran ran:

- Con chào ông Tâm ạ.
- Chào ông Ben nữa - Thầy Tuệ Tâm nói lớn, tay chỉ vào Ben.
- Chúng con chào ông Ben ạ. – Lũ trẻ đồng thanh, chúng đã nhảy cả xuống khỏi xe đạp, trong khi tay vẫn giữ xe.
- Đi xe đạp, tung bóng cho ông Ben xem – Vũ Đức, giám đốc Học viện Hoa Xuyến Chi hô to.
- Biểu diễn, biểu diễn! – Lũ trẻ nhao nhao kêu lên rồi lập tức lên xe đạp, lượn tới lui giữ thăng bằng. Cùng lúc có ba huấn luyện viên xuất hiện với những hộp carton đựng đầy bóng tennis màu xanh nõn chuối, tung bóng cho các em đang trên xe đạp. Chúng đỡ bóng thành thục, và bắt đầu vừa đạp xe đi, vừa tung bóng.

Ben gai người xúc động trước cảnh tượng ấy. Dễ có tới năm chục đứa trẻ tầm tuổi trên mười đang vun vút tới lui trước mắt ông, biểu diễn điêu luyện kỹ năng phối hợp cân bằng khá hóc búa kể cả với các diễn viên xiếc. Những đứa trẻ này, trông chúng rất có kỷ luật trong lúc biểu diễn cho ông xem, khuôn mặt chúng ngời lên sung sướng. Ông không thể nghĩ rằng, chúng là những đứa trẻ tự kỷ tuổi dậy thì, từng hung hãn khó kiểm soát, đập đầu, cào cấu la hét, ném đồ, bẻ gẫy mọi thứ chúng tóm được… Vậy ra những điều nhà tâm lý học tự thân kia bày tỏ trước Hội thảo hôm qua là sự thật, chứ không chỉ là cuộc biểu diễn với một số cá nhân tiêu biểu.

Mải mê ngắm đám trẻ say sưa biểu diễn, Ben quên mất cái oi nồng của mùa hạ nhiệt đới, quên mất những giọt mồ hôi rịn chảy sau lưng ông, thấm ướt áo ông, quên mất cả thời gian. Cho đến khi thầy Tuệ Tâm đập nhẹ lên vai ông, ngỏ ý mời ông vào phòng làm việc bàn bạc, ông mới để ý rằng mình chỉ còn có chưa đầy nửa tiếng lưu lại đây. Nhưng trong ông đã hình thành một nguồn năng lượng thôi thúc, ông cần làm việc gì đó để tôn vinh thầy Tuệ Tâm và những đứa trẻ này.

- Dừng lại đã – Ben thốt lên, trong đầu ông một ý nghĩ lóe sáng như vì sao băng qua bầu trời đêm – Ông Tâm này, ông có biết về máy trắc nghiệm tâm sinh?

- Hình như tôi có đọc được ở đâu đó, cái máy có phải do người Nga phát minh? - Thầy Tuệ Tâm hỏi – Và máy có thể phát hiện những lệch lạc nhỏ nhất trong sức khỏe tâm thần của bệnh nhân?

- Đúng vậy, và chúng tôi đã hợp tác với họ để phát triển một chương trình về chẩn đoán các bệnh thuộc hệ thần kinh bằng máy đó. – Ben hào hứng nói – Tôi đã có giải pháp cho việc này và muốn phối hợp với ông. Tôi thực sự tin vào phương pháp độc đáo của ông trong dịch chuyển trẻ tự kỷ, và muốn có những căn cứ khoa học chắc chắn để sau đó chúng ta có thể công bố công trình quan trọng này với thế giới.

- Cụ thể như thế nào? - Thầy Tuệ Tâm hỏi.

- Tôi sẽ chuyển tới đây những máy trắc nghiệm tâm sinh thế hệ mới từ Pháp. Sau đó, hàng ngày, tại trường Hoa Xuyến Chi này, sẽ tiến hành đo cho các học trò từ ngày các em mới nhập trường cho tới khi đạt được tiến bộ. Máy trắc nghiệm tâm sinh sẽ được kết nối với máy tính, và truyền thông tin về cho khoa Tâm lý của trường Đại học Aix Marseille tại Pháp nơi tôi đang nghiên cứu và làm việc. Từ việc đo kết quả, chúng ta đánh giá quá trình dịch chuyển của bệnh nhân trong kỹ năng thực tế và trong sự tự điều chỉnh của hệ thần kinh.

- Quá hay! - Thầy Tuệ Tâm vỗ tay thật lớn - mảnh ghép chính xác đã được tìm ra rồi! Chúng ta sẽ cùng nhau hoàn thiện công trình này cho các cháu.
- Và cho nhân loại. – Ben nói, hào hứng bắt tay thầy Tuệ Tâm thật chặt.

Kiều Bích Hậu

Dịch chuyển

Đoàn năm người gồm thầy Tuệ Tâm, Giám đốc Vũ Đức và ba học trò: Đô, Tony, Kim lên đường sang Pháp trong chương trình khởi động công trình nghiên cứu khoa học phối hợp giữa khoa Tâm lý của trường Đại học Aix Marseille tại Pháp nơi bác sĩ Ben làm việc với trường Hoa Xuyến Chi. Công trình có tên gọi: "Huấn luyện chuyên biệt dịch chuyển người tự kỷ" dựa vào vận động và tâm dược. Đoàn trường Hoa Xuyến Chi được lưu lại Pháp năm ngày, trong đó một ngày đi thăm trường Đại học Aix Marseille, một ngày làm việc với khoa Tâm lý của trường Đại học, một ngày thầy trò diễn thuyết trước toàn khoa Tâm lý và các chuyên gia tâm lý tại Paris, một ngày làm việc với Đại sứ quán Việt Nam tại Paris và đi thăm thủ đô Paris hoa lệ, một ngày giao lưu, biểu diễn với cộng đồng người tự kỷ tại Paris.

Ngày đi thăm trường Đại học Aix Marseille và ngày làm việc với khoa Tâm lý diễn ra tốt đẹp, ai nấy đều ngạc nhiên trước việc ba học trò tự kỷ của trường Hoa Xuyến Chi không di chuyển tới các nơi bằng hai chân, mà bằng xe đạp một bánh. Họ đùa gọi ba em là những siêu nhân xe một bánh. Trong buổi làm việc với khoa Tâm lý của trường Đại học Aix Marseille, các giáo sư, chuyên gia tâm lý thực hành và các sinh viên đã rất ngạc nhiên khi đầu buổi làm việc, ba em nhỏ tự kỷ đã vừa đi xe đạp một bánh, vừa đội chai nước trên đầu đến từng bàn mời người tham dự. Mọi người vỗ tay ào ào và gửi những cái hôn gió tới các em. Thầy Tuệ Tâm và Giám đốc Vũ Đức cùng lắng nghe bác sĩ Ben trình bày kết quả thống kê ban đầu về việc đo tình trạng của các học trò tự kỷ hàng ngày trong suốt hai tháng qua tại trường Hoa Xuyến Chi mà thông tin được truyền trực tiếp sang khoa Tâm lý trường Đại học Aix Marseille. Bác sĩ Ben cũng phân tích kỹ hơn ở những trường hợp có biểu hiện đặc biệt trong tiến bộ, hoặc trường hợp ít thay đổi so với ban đầu. Tiếp đó, Giám đốc Vũ Đức cũng bổ sung thông tin về một số trường hợp các em tự kỷ có tiến bộ rõ rệt trong kỹ năng ngôn ngữ.

- Dịch chuyển mạnh mẽ, thời gian huấn luyện để đạt những tiến bộ nhanh kỳ lạ. – Bác sĩ Ben vui mừng nhận xét – Các bạn nhỏ này là những tài năng tuyệt vời. Tôi yêu các bạn. Những số liệu trên máy trắc nghiệm tâm sinh thế hệ mới liên tục khiến tôi ngạc nhiên. Những rối loạn dường như đã biến mất. Kỳ lạ đến không thể tin được. Đặc biệt là các em nhỏ tự kỷ đạt được sự tiến bộ này mà không cần một viên thuốc! Ông xứng đáng được giải Nobel, ông Tuệ Tâm ạ. Chúng tôi thật may mắn được hợp tác với ông trong phương pháp nghiên cứu thực nghiệm khoa học liên quan đến phát triển trẻ tự kỷ này.

- Ông nghĩ sao khi tôi không phải là một nhà khoa học có bằng cấp, có chức danh? – Thầy Tuệ Tâm đột ngột nêu câu hỏi – Ở đất nước tôi, những kết quả này không được công nhận chính thức, bởi tôi không phải là bác sĩ, cũng không phải là nhà tâm lý học được đào tạo, hoặc được cấp bằng tại các cơ sở giáo dục chuyên nghiệp.

- Bất cứ ai cũng có thể là nhà khoa học tự thân, khi anh ta phát minh, sáng tạo, nghiên cứu ra một sản phẩm, một phương pháp thực hành nào đó cho ra kết quả mang lại lợi ích cho cộng đồng, cho nhân loại. Một nhà khoa học tự thân, dựa vào nghiên cứu thực nghiệm của mình, tạo ra kết quả phục vụ sự phát triển bền vững của loài người. Anh ta có thể đơn độc trong công việc nghiên cứu khoa học, hoặc anh ta cùng với nhóm của mình. Điều quan trọng là kết quả của nghiên cứu ấy, khi những người khác, và cả cộng đồng có thể vận dụng kết quả ấy trong cuộc sống. – Ben đáp.

- Vậy quy trình nghiên cứu thực nghiệm này sẽ cần kéo dài trong bao lâu? Cần thu thập dữ liệu của bao nhiêu trẻ tự kỷ, để đến lúc có thể đi đến kết luận và công bố công trình khoa học này với thế giới? – Thầy Tuệ Tâm hỏi tiếp.

- Sẽ là hai đến năm năm, tùy theo dữ liệu nghiêng về hướng nào. Số lượng trẻ tự kỷ cần cung cấp dữ liệu ít nhất là một trăm em, trong thời gian liên tục ít nhất hai năm. Và đó là giai đoạn đầu của công trình. – Ben khẳng định.

- Chúng ta sẽ làm được điều này - Thầy Tuệ Tâm nói – Không vì giải thưởng Nobel hay lợi ích kinh tế, mà vì chính chúng ta và cộng đồng người tự kỷ. Chính các con là tác nhân đưa chúng tôi đến nơi này, chưa bao giờ chúng tôi nghĩ mình lại đi xa đến thế, tới một thiên đường của khoa học. Thực ra, tôi chỉ là con nhà nông dân, mong muốn làm điều thiện lương cho càng nhiều người Việt Nam càng tốt. Nhưng khi bước chân tới nơi này, mọi việc đã khác hẳn. Tôi thực sự biết ơn các con.

Thầy Tuệ Tâm đặt tay phải lên ngực trái, nghiêng mình trước ba học trò tự kỷ vẫn đang đạp xe tới lui khéo léo giữa các lối đi trong văn phòng khoa Tâm lý. Một trò cười tươi và tung bóng về phía thầy. Thầy đỡ gọn quả bóng, tung về phía bác sĩ Ben. Ben đỡ bóng và tung về phía một nhà khoa học khác đứng đối diện ông. Trong chốc lát, văn phòng đã đầy những quả bóng xanh non chuối được tung bắt qua lại giữa chủ và khách, thật vui nhộn. Ai cũng vui vẻ và hào hứng như những đứa bé, hết mình trong trò chơi con trẻ.

Lòng trắc ẩn

Nhấp ngụm chè đặc xoắn lưỡi. Chậm rãi nuốt và thưởng thức hậu vị ngọt chát của chè. Trung tướng về hưu Trần Quỳnh cho phép mình thưởng thức vài phút thư thái đầu buổi sáng. Điều này ông phải luyện suốt hai năm trời sau khi nghỉ hưu mới có được. Trước đó, cứ buổi sáng, vừa ăn sáng xong là ông bồn chồn muốn ra khỏi nhà, thói quen khó bỏ sau hơn ba chục năm đi làm cần mẫn. Về hưu, với những vị có chức sắc và nhiều quyền lợi như ông, là một cuộc xuống núi nhọc nhằn, lắm khi nhọc hơn cả lên núi. Có người bạn ông Quỳnh, chức Bộ trưởng, về hưu chưa đầy một năm thì đột tử, còn đa phần những người khác thì hụt hẫng, trầm cảm dẫn đến nhiều trọng bệnh, sống héo hắt rồi tàn lụi nhanh, nhanh hơn cả một đóa quỳnh sau đêm bừng xuân sắc. Trung tướng Quỳnh càng thấm câu, ở đời, khó nhất là cân bằng khi đi xuống.

Bà Mai, vợ ông vừa ngồi xuống bên cạnh. Ông nhanh chóng rót một chén trà đặt trước mặt vợ. Chưa kịp uống chén trà, bà đã vội lượm cái điều khiển tivi, bật kênh thời sự. Thế là bà ấy lại phá vỡ không khí tĩnh lặng mà ông đang thiền ngay trong nhà mình mỗi sớm. Dợm giọng định bảo vợ tắt tivi, thì ông lập tức chú ý đến nhân vật được phỏng vấn trên truyền hình. Đó là Tuệ Tâm, bạn học cùng trường của ông từ thời ở Đại học Lomonosov của Liên Xô vào thập niên 70. Ông ta học Toán-Lý, còn ông Quỳnh học khoa Ngữ văn. Quỳnh chỉ học trong bốn năm, lấy bằng cử nhân thì về nước, làm thông tin trong quân đội, rồi làm báo quân đội, còn Tuệ Tâm tiếp tục ở lại làm nghiên cứu sinh và trở thành tiến sĩ Toán Lý.

Cái gì thế này? "Không học y mà có khả năng kiến tạo cách mạng đột phá y học thế giới"... những lời đao to búa lớn đó về người bạn học khiến Trung tướng Trần Quỳnh sửng sốt. Lão Tuệ Tâm là tiến sĩ Toán – Lý cơ mà, sao nay lại nhảy sang lĩnh vực y học? Tập trung xem tiếp chương trình phỏng vấn trên truyền hình, ông Quỳnh hiểu sơ sơ rằng Tuệ Tâm đang theo đuổi lĩnh vực giáo dục đặc biệt cho trẻ tự kỷ. Chương trình có trích dẫn nhận xét của một số chuyên gia tâm lý và nhà khoa học thế giới, có ý cho rằng cách tiếp cận của Tuệ Tâm với trẻ tự kỷ rất độc đáo, chưa nơi nào trên thế giới phát hiện ra, phương pháp này cho kết quả dịch chuyển trẻ tự kỷ thành kỷ lục gia. Chương trình còn trích một số đoạn phim về ba em nhỏ tự kỷ được Tuệ Tâm huấn luyện trong trường Hoa Xuyến Chi, đã đạt danh hiệu Kỷ lục gia và Biệt tài tí hon đang biểu diễn kỹ thuật đi xe đạp một bánh và tung hứng nhiều bóng rất điêu luyện.

Khá tò mò, sau khi kết thúc chương trình truyền hình, Trung tướng Trần Quỳnh lướt mạng tìm kiếm thông tin có liên quan tới người bạn học trong lĩnh vực giáo dục trẻ tự kỷ. Ông thấy rất nhiều thông tin, bài báo viết về Tuệ Tâm và trường Hoa Xuyến Chi, đặc biệt đáng chú ý là một nhận xét đáng giá của bác sĩ tâm lý người Pháp tên Benjamin Pavard.

"Tại Hội thảo khoa học "Y HỌC TÁI TẠO và PHỤC HỒI CHỨC NĂNG - Chữa bệnh bằng Tâm dược tự nhiên, tế bào gốc và thiền rung lắc" – Giáo sư, tiến sĩ, bác sĩ Benjamin Pavard, Đại học Aix Marseille của Pháp, nhà khoa học hàng đầu Thế giới về tế bào gốc, hào hứng nói "Amy Wright – người đoạt giải thưởng CNN Hero 2017 tại Mỹ đã nói: "Chúng ta không thể thay đổi các cháu cho thế giới, nhưng chúng ta có thể thay đổi thế giới cho các cháu". Tiến sĩ Tuệ Tâm đã làm được điều ngược lại, thay đổi các cháu cho thế giới - huấn luyện trẻ tự kỷ thành kỷ lục gia. Dịch chuyển trẻ tự kỷ từ bị miệt thị, xã hội xa lánh lên được tôn vinh. Từ những đứa bé đáng thương trở thành thần tượng, làm tấm gương khích lệ, tạo động lực cho người bình thường. Điều này thế giới chưa ai làm được! Đặc biệt là Tiến sĩ Tuệ Tâm không dùng bất kỳ một loại thuốc nào, ông chỉ dùng tâm dược để làm lành tâm bệnh. Phương pháp của ông an toàn, đơn giản dễ tiếp cận và triển khai, vui vẻ rất thích hợp với các con trẻ tăng động, hiệu quả kinh tế, hiệu quả xã hội và tính nhân văn cao".

Thiền rung lắc ư? Điều này như một cú đánh vào tâm trí Trung tướng Trần Quỳnh. Ông là người đang thực hành thiền, và thiền tĩnh. Ông đang cố gắng thoát ra khỏi sự hỗn loạn náo hoạt của đời sống xung quanh để an trú trong tâm mình. Thì nay, bạn học của ông, lão Tuệ Tâm lại đang dùng thiền động, được lão gọi là thiền rung lắc, để huấn luyện dịch chuyển trẻ tự kỷ. Quả thật khó hình dung. Ông cầm máy điện thoại, tìm số Tuệ

Tâm và bấm gọi. Tuệ Tâm giọng khá vui vẻ trong điện thoại:

- Chào Trung tướng, tớ vừa nghĩ đến cậu, thực là có thần giao cách cảm.
- Dạo này thế nào? Hết đường làm ăn rồi hay sao mà bỏ dạy doanh nghiệp, đi dạy mấy đứa trẻ tự kỷ thế? - Trần Quỳnh giọng châm chọc – Tôi nghe ông hót trên tivi sang quá! Những đứa trẻ đó đều con nhà giàu phải không?
- Cậu chẳng hiểu cái quái gì về việc làm của tớ. Đến đây thực tế đi, ngồi ở nhà làm gì cho béo bụng. Động vật phải vận động. Cho tớ địa chỉ nhà cậu, tớ cho lính đến đón. Cậu chưa sống cùng trẻ tự kỷ, bài học cuộc đời cậu chưa học xong đâu.

Vẫn cái giọng bốp chát của một thằng coi trời bằng vung. Nhưng Trần Quỳnh bỗng thấy phấn khích, ông nhắn địa chỉ để trợ lý của Tuệ Tâm đến đón ông.

Trần Quỳnh đến trường Hoa Xuyến Chi vừa đúng lúc một người bố đưa đứa con tự kỷ chừng mười ba tuổi của mình đến nhập học. Thằng bé trông khá dị với cái trán dài choán nửa mặt, cặp mắt sâu ẩn dưới đôi lông mày rậm nhô ra như lớp mành che cửa hang tối. Thằng bé gợi người ta nhớ hình ảnh của một chú đười ươi ở trên đảo Bornéo. Khi Quỳnh vừa định ngồi xuống chiếc ghế gỗ bên cạnh người bạn học thì thằng bé bất thần giằng tay thoát khỏi kìm kẹp của bố nó, lao đến húc đầu vào bụng ông. Quỳnh né được cú lao đầu trúng bụng ông, nhưng lại làm thằng bé ngã chúi đầu đập vào chân ghế. Người bố cùng một huấn luyện viên vội nâng thằng bé dậy. Vết hằn cạnh ghế trên trán nó dần đỏ lên. Thằng bé la thét váng óc và cố giãy giụa, một chân nó kịp đá vào mặt bàn làm cốc chén nảy tung. Ba cái cốc rơi xuống sàn vỡ toang. Một huấn luyện viên khác vừa kịp chạy vào phòng, phối hợp cùng huấn luyện viên đang vất vả kiềm chế cơn giận của đứa trẻ, kèm nó đi ra ngoài.

- Ái chà chà. – Trung tướng xoa tay ngồi xuống ghế - Học trò nào của ông cũng khủng thế này à?
- Như thế này trở lên! - thầy Tuệ Tâm hào hứng nói, có vẻ như vụ lộn xộn vừa rồi không làm thầy ngại ngùng với bạn học, mà lại kích thích một nguồn cảm hứng kỳ quặc trong thầy. - Phải là những kẻ ngoại hạng, xuất chúng thì mới khiến tớ hứng thú.

Trần Quỳnh lắc đầu:

- Năm nay ông ngoài sáu mươi tuổi rồi, tại sao phải vất vả thế. Nhỡ đâu chúng nó choảng vỡ đầu thì lại khổ vợ con ông. Có lần nào bị như thế chưa?
- Tớ chưa bị, tớ có linh cảm rất tốt, và né nhanh không kém gì lính trinh sát như cậu. - Thầy Tuệ Tâm đáp – Nhưng tụi huấn luyện viên trong trường thì bị nhiều. Có cậu đêm đang ngủ say thì bị học trò dùng tấm ván choảng vào đầu, máu lênh láng, phải đi khâu bảy mũi. Có trường hợp học viên lấy trộm được dao, đâm lén huấn luyện viên, suýt bị trọng thương. Các thầy cô đi ngủ lắm khi phải đội mũ bảo hiểm…
- Này, tôi lại có linh cảm không ổn tẹo nào. Ông làm việc này, không phải đầu thì phải tai, mà ông lại cũng không được đào tạo chính ngạch, theo kiểu nói

kiểu nghĩ của người Việt. Ông tránh được họa hôm nay nhưng ngày mai chắc gì tránh được. Và còn các cộng sự của ông nữa, tai họa lơ lửng trên đầu họ. Mất mạng như bỡn. Ông sẽ ra sao nếu có người bỏ mạng ở đây? Tại sao ông phải làm việc này chứ?

- Vì lòng trắc ẩn - Thầy Tuệ Tâm lấy ngón tay trỏ và ngón cái vành mắt phải của mình - Tớ bị chột một mắt, ít người biết điều này. Cậu thì biết nhưng tớ nhắc để cậu nhớ. Tớ là người khuyết tật. Chúng nó, tụi trẻ tự kỷ cũng là người khuyết tật. Tớ đồng cảm với tụi nó và muốn cứu giúp tụi nó thoát khỏi kiếp bị người đời khinh rẻ, coi là đồ bỏ đi, đồ tâm thần, đồ thần kinh bị thượng đế ruồng bỏ.

- Nói theo tâm linh, thì tôi thấy thế này, mỗi người có nghiệp của mình, chúng nó sinh ra như thế để gánh nghiệp. Trời đã định, ông lại định thay đổi điều đó, không sợ nghiệp quật sao?

- Tớ không tập trung vào nỗi sợ, tớ chỉ tập trung vào mục tiêu. Mục tiêu của tớ là dịch chuyển trẻ tự kỷ thành người tài. - Thầy Tuệ Tâm vỗ vai Trung tướng vẻ thân tình – mà chúng tớ không chữa bệnh nhé. Tất cả học trò khi mới đến đây đều mang theo thuốc, rất nhiều thuốc. Tớ bảo bố mẹ chúng, bỏ thuốc đi, từ nay không tốn một đồng xu nhỏ tiền thuốc. Các con không phải là bệnh nhân, các con là những viên kim cương cần được mài giũa để trở nên lấp lánh quý giá vô vàn. Chúng tớ chỉ huấn luyện người tài mà thôi.

- Này, thế còn các bác sĩ điều trị bệnh thần kinh thì sao? Các hãng dược phẩm thì sao? Những đứa trẻ tự kỷ này là khách hàng suốt đời của họ. Ông làm thế, khác nào cướp đi nguồn khách béo bở ấy? Họ sẽ không để ông yên đâu. Họ sẽ đập ông tan xác. Việt Nam có một triệu người tự kỷ. Thế giới có hàng trăm triệu người tự kỷ. Không phải là bệnh nhân cần bác sĩ, mà chính bác sĩ cần bệnh nhân. Và nền công nghiệp dược phẩm khổng lồ cần những bệnh nhân dùng thuốc suốt đời, cần những loại bệnh không bao giờ chữa được. - Trần Quỳnh hạ giọng nói.

- Tớ sẽ tuyên chiến với tất cả lũ ấy. - Thầy Tuệ Tâm vỗ ngực.

- Nhưng ông không thể chống lại mệnh trời! – Trung tướng thở dài.

- Thay vì lo lắng cho tớ, cậu hãy ủng hộ tớ. Xem có đứa trẻ tự kỷ nào mà cậu biết, hãy mang nó tới đây. Bố mẹ nó sẽ loại bỏ được nỗi lo con mình sống ra sao khi mình quy tiên theo ông bà. Bởi cộng đồng trẻ tự kỷ sẽ tự hoạt động được, tự tạo nguồn nuôi sống chính mình theo mô hình tam giác kim cương: Trẻ tự kỷ - Người già cần chăm sóc, người cần phục hồi chức năng - Trẻ đặc biệt.

Trung tướng Trần Quỳnh lắc đầu, nhún vai. Có điều, ông vẫn linh cảm bất trắc đang lơ lửng trên đầu người bạn học. Bạn ông đang dấn thân vào một nghề nguy hiểm, không chỉ là nguy hiểm thường trực ở những đứa trẻ bệnh thần kinh khó kiểm soát hành vi, mà còn ở những mũi tên vô hình từ những thế lực trong bóng tối, và cả những thế lực từ cao xanh…

Lựa chọn của thiên thần

Mặt trời bực bội quét những lưỡi lửa xuống nhân gian. Loài người nhẫn nại chịu đựng cái nóng bức như trong lò thiêu giữa mùa hè kinh khủng nhất từ trước tới nay. Ai nấy nếu không có việc gì thì ở rịt trong phòng máy lạnh hoặc đứng nấp dưới bóng cây. Đường chạy giữa trường Hoa Xuyến Chi đứng hứng nắng một mình, thỉnh thoảng mới có một bóng áo cam hối hả đi qua rồi mất hút trong dãy nhà một tầng lợp tôn lạnh.

Trên chiếc xô – pha cỡ trung màu nâu sậm, có thể kéo ra làm giường, thầy Tuệ Tâm nửa nằm nửa ngồi, tai lắng nghe tiếng một vị thiền sư giảng kinh từ chương trình Youtube trên điện thoại. Mắt thầy nhìn ra tàng cây bên văn phòng, lùm lá im phắc, tịnh không một ngọn gió, không một gợn lá đu đưa. Nóng và mồ hôi nhưng thầy vẫn không bật máy lạnh, mà mở cửa sổ hóng chờ cơn gió tới. Nhất định nó sẽ tới. Văn phòng của người sáng lập trường Hoa Xuyến Chi nằm dưới rặng cây vai tán dày xanh khá thơ mộng. Nhưng với một ngày hè oi nóng như đang ở trong một phòng sauna thế này, thì chút thơ mộng ấy cũng trốn mất tiêu rồi.

Có tiếng gõ cửa gấp gáp.

- Mời vào - thầy Tuệ Tâm nhổm người lên.

Trung, trợ lý của thầy trong bộ quần rằn ri, áo đồng phục màu cam sáng bước vào. Nụ cười của Trung thắp sáng gương mặt rám nắng rắn rỏi, với quai hàm vuông vức như một lực điền chân thật.

- Con chào thầy, thầy xem ai đến với chúng ta đây này.

Trung dắt theo một cậu bé chừng chín, mười tuổi, nước da mai mái, gày gò, nhưng gương mặt thật lạ với đôi mắt to, dài, điệp với sống mũi cao thanh tú, tạo nên vẻ đẹp khác thường, nhang nhác nét thánh thiện của Đức Mẹ. Cậu bé dường như không nhìn thấy thầy Tuệ Tâm, cậu mải nhìn ra phía cửa sổ, hút mắt ra phía tán cây xanh.

- Con chào ông đi con - Người đàn bà trông khá lam lũ, níu vai cậu bé, nhắc.
- Để cháu tự nhiên, tôi sẽ xem phản ứng của cháu. – thầy Tuệ Tâm nói, tay chỉ ghế ra hiệu cho cặp vợ chồng kia ngồi.

Cùng với người đàn bà là một người đàn ông dáng vẻ u sầu, mặc bộ quần bộ đội, áo thun lót bộ đội màu xanh lá mỏng nát. Bính có vẻ thiếu sức sống và buồn đến mức con ruồi đậu trên mặt cũng chẳng buồn xua. Bên Bính, người vợ trông thật sáng với gương mặt đẹp, sống mũi cao sang và nụ cười nhẫn nhịn dễ làm mủi lòng người.

- Vợ chồng anh chị quê đâu ta? - thầy Tuệ Tâm hỏi.
- Thưa ông, chúng con quê Phù Cừ, Tiên Lữ... - chị Nhãn nhanh nhảu đáp.

- Người Hưng Yên, lành hiền, chân chất... – thầy Tuệ Tâm vươn người, hai tay đặt lên đùi, mắt nhìn người đàn bà, vẻ cảm thông – Nhà cấy mấy sào ruộng?

- Nhà cháu có dăm sào, nhưng giờ không cấy nữa, chỉ trồng rau cỏ nhì nhằng, đất đó chuẩn bị giao cho người ta làm khu công nghiệp rồi ông ạ.

- Lại sắp mất ruộng à? - thầy Tuệ Tâm thở dài – Nông dân không ruộng thì làm cái gì mà ăn?

- Cháu buôn bán nhì nhằng ở chợ. Chồng cháu đi làm phu hồ, việc lúc có lúc không. Thời gian qua anh Bính lại phải đưa cháu Bim đi khám bệnh, rồi điều trị, nên cũng chẳng làm được ngày công nào. Bác sĩ bệnh viện Bạch Mai bảo cháu bị tự kỷ cấp độ bốn. Nhà cháu có biết tự kỷ là gì đâu, đi chữa tốn quá mà chưa thấy tiến bộ gì. May có người nhà mách, nên cháu đưa cu Bim đến đây, trăm sự nhờ thầy và trường. Người nhà cháu kể là họ đã gửi con chỗ ông hơn năm rồi, tiến bộ lắm, đã biết tự ăn, tự tắm táp vệ sinh, và còn được giải thưởng Biệt tài tí hon nữa.

- À, vậy là do người nhà cháu Kim giới thiệu. Kim giỏi lắm rồi, nó vừa đi xe đạp một bánh, vừa tung hứng 7 bóng, siêu hơn diễn viên xiếc chuyên nghiệp. – thầy Tuệ Tâm nói vẻ tự hào - Vợ chồng chị cứ để cu Bim ở đây, sẽ tiến bộ. Nhưng anh chị sẽ phải đóng học phí cho cháu.

- Dạ, bao nhiêu thì vợ chồng con cũng cố lo. Chứ để cháu đi chữa nơi khác thời gian qua, chồng cháu mất việc mà thằng con chẳng khá lên, nó phá dữ quá, ở nhà thằng anh nó không học được với nó.

- Các cháu ở đây học nội trú, mỗi tháng về thăm bố mẹ một lần, học phí từ 10-15 triệu đồng/tháng.
- Dạ, con có biết, nhưng con xin thầy cho con nộp tạm học phí một tháng thôi, còn đâu cho con khất nợ. Gửi được cháu, vợ chồng con đi làm sẽ có tiền trả thầy. Hy vọng cuối năm lấy được tiền bán ruộng, chúng con sẽ có tiền tấm tiền món lo cho cháu ạ.
- Thôi, xét hoàn cảnh vợ chồng nông dân khó khăn, tôi tính học phí cu Bim 5 triệu/tháng.
- Thầy giảm học phí cho cháu thật à? – Lúc này Bính mới lên tiếng – Nói thật với thầy, số tiền đó con đi làm cả nửa năm mới có được. Con đội ơn thầy!

Nhãn dù quyết tâm đưa con vào trường Hoa Xuyến Chi để được chăm sóc và huấn luyện tốt, nhưng chị vẫn nước mắt lưng tròng khi nhìn trợ lý Trung dắt tay cu Bim đi về phía dãy nhà mái tôn dài phía bên hàng cây vải. Từ nay, Trung làm cha nuôi cu Bim tại trung tâm. Chị đã đặt cả lòng tin, hy vọng của chị vào thầy Tuệ Tâm, vào các thầy, cô và huấn luyện viên tại trường này, mà sao lòng chị vẫn chơi vơi, trống rỗng và buồn đến không thể cất bước đi.

- Về thôi chứ, mẹ nó? – Bính giục – Nóng lè lưỡi mà cứ đứng đây làm cái nợ gì.
- Em thương cu Bim quá, chẳng biết rồi các thầy cô có biết cách cho con ăn không. Nhỡ ra con choảng các bạn thì thầy phạt con thế nào đây. Nghĩ đến mà buốt ruột.

- Tôi thì thấy nhẹ người. – Bính thủng thẳng nói - Để cu Bim ở nhà thì chẳng sống nổi, nói gì đến làm ăn. Thật là giời hành.

"Người bố này cứ như không có trái tim." Nhãn nghĩ thế, nhưng chị câm miệng không nói. Nói ra thì có thay đổi được gì đâu. Bính đã làm chồng chị mười bốn năm nay, chị quá hiểu tính nết con người này. Anh chỉ cần ngày ba bữa no bụng, tối đến làm chén rượu, sáng ra điếu thuốc lào, là anh yên tâm ngủ thẳng cẳng, không cần quan tâm bất cứ điều gì khác trên đời, phó mặc mọi sự cho vợ. Nhưng từ hồi có cu Bim, anh muốn phó mặc cho chị cũng không xong. Cu Bim khi tròn năm đã có biểu hiện bất thường, không chịu ăn dặm, chỉ bú sữa mẹ, quấy khóc liên miên. Chị gầy rạc như con hạc.

Bim lên ba tuổi không biết nói, chỉ hét khi không vừa ý. Càng lớn, nó càng có những cố tật kỳ dị, bạ cái gì cũng bẻ gãy. Ống nước bằng kim loại trong nhà tắm mà Bim cũng vặn gãy được. Và nó thường tấn công cu Bát, anh ruột nó bằng một cái bút chì hoặc bút bi. Có lần, nó đâm thủng lưng anh bằng cái bút bi, đầu bút bi gãy nằm trong thịt, anh chị phải đưa cu Bát đi bệnh viện rút cái đầu chì ra. Từ đó, thằng anh không thèm chơi với thằng em nữa. Vợ chồng Nhãn phải chế một cái lồng sắt kiên cố ở nhà, để nhốt cu Bim lại như nhốt chó mỗi khi người lớn không có nhà để canh chừng Bim. Thế mà có lần, cu Bim bẻ cong cả chấn song sắt, hòng chui ra khỏi lồng.

Đến lúc đó thì vợ chồng Nhãn - Bính hoảng quá, đành phải dồn tiền, vay mượn thêm của người thân, để đưa cu Bim đi chữa bệnh. Với vợ chồng nông dân như Nhãn và Bính, đồng tiền sao mà bạc, kiếm thì lâu lắc, mà tiêu thì nhanh thỏm. Mỗi giờ thuê chuyên gia trị liệu đặc biệt cho cu Bim chi phí hết cả năm tạ thóc. Chưa kể tiền đi lại tốn kém, thuê nhà trọ, tiền ăn... Trăm dâu đổ đầu tằm, trong khi chỉ một mình Nhãn đi làm. Điều trị cho cu Bim được một năm, thì nhà Nhãn đã thành con nợ của nửa làng Vương. Người làng vì nhìn vào năm sào ruộng sẽ bán của nhà Nhãn mà cho vay. Cu Bim đúng là cái máy xay tiền. Nhẽ ra nó phải sinh ra trong một gia đình đại gia, chứ sao lại rơi nhầm nhà nông dân thế này! Thật là chó cắn áo rách!

Những dòng ý nghĩ miên man cứ cuốn Nhãn đi trong lúc ngồi trên xe buýt chạy từ Gia Lâm về phố Giác. Bên Nhãn, Bính ngoặt đầu ngủ, thỉnh thoảng lại giật người choàng mở mắt khi bánh xe lọt ổ gà. Nhãn ước gì mình vô tư vô lo được như chồng. Sáng mai giời có sập, thì tối nay vẫn ngáy o o.

- Tình hình cu Bim thế nào? - thầy Tuệ Tâm hỏi Trung.

- Bim đã chịu ăn mỗi bữa gần nửa bát cơm, bắt đầu tự xúc cơm. - Trung đáp, hay tay đan vào nhau, vẻ bất an - Chỉ có điều các cơn động kinh không giảm. Những lúc như vậy, rất đáng sợ thầy ạ. Cứ như em ấy sắp chết, con phấp phỏng lắm.

- Con vẫn cho Bim uống thuốc đều theo chỉ định của bác sĩ nhé – thầy nhắc - Trường hợp này chưa thể dừng thuốc được đâu. Ngoài ra, Bim tập được những gì rồi?

- Trời nóng quá, con không dám cho Bim ra sân bên ngoài tập đi xe đạp. Bim mới chỉ tập tung 2 bóng ở trong nhà thôi. Nhưng cứ sểnh ra cái là em ấy đập bạn khác. Khổ nhất là cậu Ổi ương, bị cu Bim đập ba lần vào đầu. Hôm qua nó trả thù, đập lại cu Bim mới gớm chứ, may mà con nhanh tay đỡ được.

- Không cho Ổi ương đập lại, nhưng phải giải thích rõ ràng, tự kỷ cấp độ bốn là chuyên đi đánh người ta, khá nguy hiểm. Huấn luyện viên nhất thiết phải kèm sát sạt.

- Vâng, con chẳng dám rời cu Bim nửa bước. Thương lắm thầy ạ. Đêm đến em ấy vẫn sợ ngủ một mình, cứ rúc vào với con. Lúc ngủ thì ngoan như thiên thần ấy ạ. – Trung nói, liếc nhìn đồng hồ treo tường phía trên xô – pha của thầy Tuệ Tâm – Con xin phép thầy về kiểm tra xem cu Bim dậy chưa. Em ấy hay tỉnh giấc lúc 6 giờ sáng. Con cần nằm bên cạnh một lúc để em ngủ thêm đến 7 giờ thì cho em dậy.

Thầy Tuệ Tâm phẩy tay ra hiệu cho Trung rời đi. Ông cũng chuẩn bị ăn sáng rồi đi đến một trường Đại học, dạy khóa kỹ năng sống cho sinh viên và các thầy cô. Buổi chiều là một chương trình huấn luyện cho doanh nhân. Lịch dạy bên ngoài trường của thầy còn khá chật. Thầy có thể kiếm tiền nhanh từ những khóa dạy, huấn luyện kỹ năng, nhưng hầu hết số tiền đó thầy lại đổ về trường Hoa Xuyến Chi để nuôi các cháu. Hơn bảy mươi cháu tự kỷ được nuôi dạy ở trường do thầy sáng lập, thì một phần ba là con nhà giàu, đóng mức học phí cao, một phần ba là con nhà bình thường, đóng đủ học phí, còn một phần ba là con nhà nghèo, như trường hợp của cu Bim, chỉ đóng đủ tiền ăn, còn các chi phí khác thì được thầy Tuệ Tâm bù bằng nguồn tiền đi dạy kỹ năng sống bên ngoài của thầy. Thầy coi đó là một cách làm từ thiện riêng của mình.

Trung quỳ xuống bên giường, vén tấm màn tuyn trắng muốt, ngắm gương mặt cu Bim. Đây là "thằng con trai yêu dấu" mà anh nhận nuôi được bốn tuần nay. Thằng bé thánh thiện như một thiên thần lúc đang ngủ. Gương mặt non nớt, đẹp đẽ của bé nghiêng trên gối, hai bàn tay úp vào nhau, kê dưới gò má như đang thoảng nụ cười. Gương mặt cu Bim đáng yêu đến nỗi Trung chỉ muốn đưa tay vuốt ve gò má con trai. Nhưng sợ cu Bim tỉnh, nên anh dừng lại.

Trung vẫn quỳ nguyên như vậy bên giường mà ngắm cậu con trai nhỏ của anh. Đó quả là những phút giây yên bình thần tiên. Đó như phần thưởng cho Trung sau cả một ngày mệt nhoài với cậu bé kỳ lạ này. Khi ngủ, bé là thiên thần, nhưng khi thức, bé như một quỷ nhỏ. Bé sục sạo tìm muối, tìm bim bim để ăn. Khi ép bé ăn cơm, bé sẽ hất đổ bát cơm. Trông gương mặt cu cậu hiền lành, tĩnh lặng là thế, mà có thể bất thình lình lao tới đâm bạn nhanh như chảo chớp bằng một cái que nhọn. Mọi thứ có đầu nhọn trong trung tâm đã được cất kín, khóa kỹ, nhưng cứ như có phép quỷ, thình lình cu cậu lại tìm ra nó ở đâu đó, để kín đáo giấu đi, và đâm bất ngờ vào lưng một đứa trẻ không may nào đó lại gần. Trong bốn tuần ở trường, ba đứa trẻ khác đã bị đâm, cả chục đứa khác bị đập vào đầu, dù Trung luôn kè kè bên cạnh cu Bim. Quả là một ca hóc xương. Kiểm soát cu Bim cực kỳ vất vả.

Đúng lúc đó, cu Bim hé mắt, nhìn Trung. Ánh mắt cu cậu trượt qua đỉnh đầu Trung, nhìn mãi ra xa, nhưng ánh nhìn lạc trôi, có vẻ như tâm trí cậu không đi theo ánh nhìn, nếu như cậu bé quả thực có tâm trí.

- Ngủ thêm chút nữa, Bim nhé. – Trung nói nhỏ, vỗ nhè nhẹ lên lưng Bim.

Bỗng Bim nhỏm dậy, nét mặt hoảng hốt. Trung vội tóm lấy vai Bim nhưng Bim còn nhanh hơn, đã lao vọt qua Trung như một mũi tên được phù phép, lôi theo cả mùng màn đứt phựt dây treo.

Bim lao mạnh, và rơi huỵnh xuống nền nhà, quay lơ trong tấm màn trắng, lên cơn co giật rúm ró.

Trung nhoài người tới, gỡ màn ra khỏi cu Bim. Mắt cu cậu đã trợn trắng, mặt tái nhợt. Trung nhiều lần chứng kiến cảnh cu Bim lên cơn động kinh, nhưng chưa thể quen được. Tim anh đập loạn. Anh hoảng hốt nâng cu Bim lên. Đây là lần đầu tiên cu Bim lên cơn động kinh ngay khi mới ngủ dậy buổi sáng.

Trung bế thốc cu Bim ra cửa, hối hả gọi bác sĩ Toàn, người bác sĩ về hưu sống trong trung tâm, tình nguyện chăm sóc sức khỏe cho các cháu.

Bác sĩ Toàn đến ngay, đặt Bim lên giường, làm vài động tác sơ cứu, nhưng rồi ông lắc đầu bảo Trung:

- Lần này có vẻ nguy lắm, mạch rất yếu. Cậu gọi xe cấp cứu đưa con đến bệnh viện ngay.

Khi Nhãn và Bính tới bệnh viện T thì cu Bim đã qua đời hơn một giờ đồng hồ. Nhãn thất thần ngồi bên con, cầm tay bé nâng nhẹ lên, bàn tay như vẫn còn hơi ấm, mềm mại. Gương mặt Bim tái nhợt, nhưng không hề có nét đau đớn nào, chỉ tĩnh lặng, hoàn toàn tĩnh lặng. Nét thiên thần khi ngủ vẫn phảng phất trên vầng trán phẳng, cao, non nớt trong trắng của con. Bất giác, Nhãn sờ tay lên trán con, sờ vai con, rồi áp tai lên tim bé, chị dường như không tin là cu Bim lại chết. Một thiên thần như thế này làm sao có thể chết!

Bính thì không khóc nổi. Anh đứng như cái cọc khô bên giường đứa con xấu số. Vai anh rũ xuống buồn, nhưng thật lạ, trong lòng anh có gì đó cứ vơi đi, cứ nhẹ đi, như một khối đá chất cứng trong dạ dày nay bỗng biến mất, rõ ràng đang biến mất.

- Thôi em đừng đánh động cu Bim nữa, con nó đã thoát kiếp khổ ải này rồi. Chúng ta cũng thoát rồi!

Nhãn ngẩng lên nhìn chồng. Anh ta vừa nói gì, thoát ư? Người đàn ông vô tâm kia nói gì vậy!

Bính cố gắng kéo vợ ra khỏi cu Bim, lúc này đã là một cái xác không hồn, nhưng bình yên. Thầy Tuệ Tâm và Trung đã đứng chờ họ ở cửa. Nét mặt Trung thất thần, còn thầy Tuệ Tâm thì đang cố gắng để bình thản.

- Anh chị thứ lỗi, đây quả thực là điều không ai muốn, và chúng tôi hết sức bất ngờ, xin chia buồn cùng anh chị. Trường sẽ lo mọi chi phí cuối cùng cho cu Bim. Bim cũng là con của nhà trường, mong anh chị cho phép.

- Các thầy không có lỗi gì cả. Đó là số phận của cháu, chỉ thương cháu không được sống một ngày bình thường như bao trẻ khác. – Bính nói.
- Mọi chuyện đã xảy ra, chúng ta không làm lại được, nhưng có thể rút kinh nghiệm để sống tốt hơn. Anh chị cứ coi như cu Bim là người của thế giới khác, cháu bị lạc đến nơi đây một thời gian, gá nghĩa với anh chị đã đủ, và bây giờ cháu tìm lại được nơi cháu thuộc về. Nghĩ như vậy thì lòng anh chị cũng nhẹ nhàng, mà cháu đi cũng thanh thản.
- Vâng, gia đình em không có ý gì khác đâu ạ - Bính nói – Em tin là thầy cùng các thầy cô trong trường đã làm tốt nhất những gì có thể làm cho cu Bim.

Chỉ một băng ghế trống trong hành lang bệnh viện, thầy Tuệ Tâm bảo vợ chồng Nhãn – Bính ngồi, rồi ông cũng ngồi xuống cạnh họ.

- Có việc này, tôi cần nói trước, và nhờ anh chị giúp cho. Cháu Bim dù tử vong ở bệnh viện, nhưng từ một góc nhìn không mong muốn, có thể là cái cớ để những người đố kỵ, ghen ghét, hoặc có tâm ác, dùng nó chống phá nhà trường chúng tôi. Người ta sẽ dùng mạng xã hội, các tổ chức, thậm chí công luận, báo chí, để tạo nên một cơn bão hòng quật ngã chúng tôi. Vì thế, chúng tôi mong anh chị, dù có thế nào, cũng không hợp tác với họ. Có thể, họ sẽ muốn anh chị kiện chúng tôi...
- Không, không đời nào. – Nhãn kêu lên – Thầy là người có tâm Phật, chúng con sao có thể làm điều thất đức đó. Vả lại, vợ chồng con muốn cháu được

thanh thản ra đi, không muốn bất cứ điều gì làm vấn vong linh cháu.

- Trường Hoa Xuyến Chi làm được nhiều điều tốt cho các cháu như vậy, mà vẫn bị chống phá ư? – Bính ngẩng lên, hỏi.

- Thời nhiễu nhương bây giờ, làm điều tốt lại muôn vàn khó. Và kể cả làm điều thiện lương cũng phải trả giá. Nhưng không vì thế mà chúng tôi không làm – thầy Tuệ Tâm trầm ngâm - Chỉ có điều, chúng tôi không thể ngăn được cái chết, dù là đến với một thiên thần như Bim.

- Em đã nói với vợ em, rằng có khi thế này lại tốt hơn cho cháu, cho chúng em. Vợ chồng em đã trả đủ nghĩa cho cháu, và cháu ra đi, như một thiên thần. Sự ra đi của một thiên thần, thầy nói đúng đấy ạ. Việc con ra đi, đó là lựa chọn thiên thần. – Bính nói, và nắm chặt tay vợ.

Nhãn ngẩng lên, có đúng là chồng chị, một gã phu hồ tẻ nhạt, vô tâm vô tính vừa nói những điều ấy không. Ai đã nói?

Và cho dù đó là ai, thì một luồng ánh sáng đã chiếu vào tim chị, khiến ngực chị nhẹ dần, nhẹ dần. Đúng thế, đó là sự ra đi của thiên thần, sự lựa chọn thiên thần. Chị sẽ giữ mãi trong tim hình ảnh thiên thần nhỏ bé ấy.

Giải mã VIP

Cu Bim chết, ai cũng biết đó là vì một cơn động kinh toàn thể. Không ai nhìn thấy cậu bé lúc lâm chung, ngoài thầy Tuệ Tâm và trợ lý Trung của thầy. Nhưng trong trường Hoa Xuyến Chi có một không khí trầm buồn nặng nề rất khó xua tan. Lúc này, cái chết của một đứa trẻ, dù vì nó vô thức do căn bệnh thần kinh, lại vô tình có một sức hút khó cưỡng đối với các thầy cô và huấn luyện viên trong trường. Ai cũng cảm thấy dường như mình có trách nhiệm với cái chết bất ngờ ấy, và cho dù rất bận việc chăm sóc những học trò đặc biệt còn lại, họ vẫn để tâm trí tự dày vò, và khi thấy khó thoát, họ lại trông chờ vào động thái của thầy Tuệ Tâm.

Chính thầy cũng túa mồ hôi khi kể lại câu chuyện về cu Bim cho nhà báo Bạch Cúc nghe. Bạch Cúc không cho ông lời khuyên nào, dù cô biết đây có thể là một tai họa lớn vĩnh viễn dìm nghỉm sự nghiệp huấn luyện trẻ tự kỷ của ông. Trò đời vẫn vậy, khi ai đó đạt được vinh quang, sẽ ắt có ngày người ta tìm ra "gót chân A - sin" của anh ta để thọc vào, hòng dìm anh ta xuống đáy. Mỗi năm vẫn có những đứa trẻ tự kỷ chết ở nhà, nhưng khó gây chú ý. Còn khi một trẻ tự kỷ đột tử khi đang sống trong một trường học nội trú nổi tiếng, lại có thể trở thành điểm nóng thu hút dư luận đang thèm khát được ném đá hội đồng vào bất cứ ai.

- Trong trường hợp có khủng hoảng truyền thông xảy ra, thì thầy có phương án nào? - Bạch Cúc hỏi sau khi thầy Tuệ Tâm ngừng kể.
- Cô quên tôi là một chuyên gia xử lý khủng hoảng truyền thông rồi à? - Thầy Tuệ Tâm hỏi lại.
- Nhưng đó là khủng hoảng của người khác. Còn đây là khủng hoảng của chính chuyên gia. - Bạch Cúc dán mắt vào vầng trán đầy mồ hôi của thầy Tuệ Tâm, dù trong quán cà phê Trung Nguyên, máy lạnh và quạt cùng hoạt động. Cô để ý thấy trợ lý Trung đứng lên xoay cái quạt hướng về phía thầy - Lần đầu tiên em thấy, thầy có vẻ bất an lắm. Thầy sợ nhất điều gì?
- Sợ nhất là nỗi sợ. - Thầy Tuệ Tâm quẹt tay lên trán rồi chậm rãi lấy giấy ăn trên bàn lau tay - Nếu phân tích theo 6 nỗi sợ căn bản của con người theo Napoleon Hill, thì một người trong vị trí của tôi lúc này sẽ sợ bị người đời lên án, ghét bỏ, từ đó mất việc làm, đói rồi chết. Nhưng đó chẳng qua là thực tế, mà thực tế thì ta trải nghiệm hàng ngày, có gì đáng sợ đâu. Thế nên theo tôi, thì "sợ nhất là nỗi sợ".
- Vậy chúng ta trấn áp nỗi sợ bằng cách nào, thưa thầy? - Bạch Cúc hỏi tiếp.

- Bằng công thức 3 Đ: "Định - Động - Được" - Thầy Tuệ Tâm đáp – Khi có ý định, ta phải hành động để đạt được điều mình mong muốn, chứ không chỉ nghĩ suông. Tôi đã có ý định xử lý khủng hoảng trước khi nó diễn ra, cho nên tôi mời cô tới đây.

- Nhưng sự thật là đứa bé đó đã chết. Liệu em có thể viết là nó đang sống vui vẻ với Thiên Chúa trên trời cao không? - Bạch Cúc hỏi tiếp, có vẻ như cô nhà báo lanh lợi này đã thành thục trong việc thực hành chiêu "trả lời câu hỏi bằng một câu hỏi khác" mà thầy Tuệ Tâm từng chia sẻ với cô.

- Chuyện đó có thể có nhà báo khác viết hay hơn cô. - Thầy Tuệ Tâm nhấc cái thìa ra khỏi ly cà phê đá, đặt nó xuống đĩa – Tôi cần cô thực hiện một chiến dịch truyền thông, theo cái cách chúng ta thực hiện thời kháng chiến "tiếng hát át tiếng bom".

- Nghĩa là em tiếp tục hát ca về những thành tích của thầy trong huấn luyện trẻ tự kỷ thành tài ư?

- Không phải về tôi. Cô hãy giấu tôi thật kỹ vào đâu đó, túi quần cô cũng được. Tôi cần cô hát ca về những VIP trong trường Hoa Xuyến Chi.

- VIP ư? Ai là những VIP thế? - Bạch Cúc ngạc nhiên.

- Đó chính là các trò tự kỷ - Thầy Tuệ Tâm chợt mỉm cười – Cô nghĩ mà xem, khi ở nhà, chúng lớn tổng ngổng như vậy mà không làm một việc gì cả, lại được hai người lớn hầu hạ ngày đêm, cơm bưng nước rót, thích thì ỉa ra ghế cũng có người dọn hầu, muốn thét lác ai, muốn đập phá gì cũng được. Vậy nên chúng được gọi là VIP. Thế đấy. Cô thử không để ý đến VIP một phút, cô sẽ phải trả giá đắt. Bằng tiền, bằng sinh mạng. Có một ông bố đến chỗ tôi kể, có lần ông ấy chỉ vào nhà vệ sinh chưa đầy hai phút, khi ra ngoài thì VIP nhà ông ta đã đập vỡ cái tivi mới mua hơn chục triệu đồng.

- Vậy tại sao em phải viết về loại VIP đó? - Bạch Cúc – Và viết theo thể loại gì?

- Hãy viết chân thực về chân dung VIP và gia đình. Đăng đều đặn bài viết trên các báo mạng. Sau đó tập hợp chúng lại thành một cuốn sách dạng văn học – tư liệu. Các VIP là một góc nhân sinh đáng được ngòi bút quan tâm. Không được phép quên nỗi đau và cuộc chiến tâm lý không bao giờ chấm dứt trong mỗi gia đình vì chẳng thể thắng – thua. Đó là những bài học cuộc sống lớn, không thể bỏ qua. Mỗi VIP đều mang đến cho chúng ta một bài học tối thượng từ Thượng Đế. Bằng ngòi bút của mình, cô hãy giải mã bài học đó cho nhân loại.

- Quá kinh khủng! - Bạch Cúc thốt lên - Tại sao thầy nghĩ là em làm được việc đó?

- Nếu không là cô, thì LÀ AI? LÀ AI? - Thầy Tuệ Tâm lại trả lời bằng một câu hỏi.

Bạch Cúc mím môi. Quả thực thầy Tuệ Tâm lại thách thức giới hạn trong cô. Cô hiểu là thầy không chạy trốn tai họa, mà lại đang sử dụng nó, để khám phá ra điều chưa biết, hoặc cũng có thể không bao giờ biết hết. Người này, luôn không suy nghĩ như tất cả chúng ta. Ông ấy không chạy trốn, ông ấy đang háo hức tham gia trò chơi tung hứng của số phận. Hầu hết chúng ta - những người cùng thời ở đây - sẽ không bao giờ hiểu được ông ấy.

Bão lớn

Hơn một tháng đã trôi qua kể từ ngày cu Bim tử vong. Những bài báo viết về các VIP - những học trò tự kỷ trong trường Hoa Xuyến Chi - của phóng viên Bạch Cúc kể từ hôm đó được đăng liên tục trên năm báo mạng khác nhau, thu hút được sự chú ý của bạn đọc. Với giọng điệu đa sắc, mà chủ yếu là dựa vào chính giọng kể của người trong cuộc, thường là bố, mẹ hoặc bà của VIP, tràn đầy thương cảm, tủi nhục, tủi thân, bế tắc, những bài báo đã đánh động cảm xúc của độc giả trước một góc khuất của xã hội quá nhiều đớn đau và nguy hiểm tiềm tàng. Có độc giả còn ngỏ ý muốn hỗ trợ cho từng trường hợp cụ thể của mỗi VIP, để đỡ gánh nặng cho trường và gia đình các em.

Tuy nhiên, vẫn chưa thấy truyền thông chạm đến cái chết của cu Bim, em nhỏ tự kỷ là học trò của trường Hoa Xuyến Chi. Cũng có thể cái chết của em đã dần chìm lắng trong sự hỗn độn của biết bao sự việc, sự nhiễu loạn của hàng núi thông tin hàng ngày. Cũng có thể đó chỉ là sự bình lặng giả, che đậy một quả bom hẹn giờ. Các giáo viên và huấn luyện viên của trường Hoa Xuyến Chi cứ chuyên tâm làm việc của mình, nhưng đồng thời sẵn sàng tâm thế trước những biến cố có thể xảy ra bất cứ lúc nào. Mỗi buổi sáng, trong bài giảng khởi động ngày mới của thầy Tuệ Tâm cho các giáo viên và huấn luyện viên, luôn có dòng chữ chạy dưới chân slide trình chiếu "Ta vui lòng trả giá, cho cả điều thiện lương".

Hôm ấy, trường Hoa Xuyến Chi nhận một tình nguyện viên mới. Trinh là một sinh viên sắp tốt nghiệp khoa tâm lý trường Đại học Khoa học Xã hội và nhân văn, cô xin được ở lại trường một tuần, và làm việc như một tình nguyện viên để có tư liệu bổ sung vào nghiên cứu của cô về các phương pháp tiếp cận trẻ tự kỷ.

Buổi sáng đầu tiên đến trường, Trinh đã ngạc nhiên. Ta không thể không ngạc nhiên trước thế giới của những người tự kỷ, hoặc khuyết tật thần kinh. Trái ngược với tưởng tượng của Trinh, gây ra bởi những ấn tượng hào nhoáng mà truyền thông dựng lên về những Ngôi sao tỏa sáng bất chấp khuyết tật, cô lập tức nhìn thấy đầy những lỗi tại cơ sở vật chất của trường này.

Các em không được nằm giường nệm êm ái như cô nghĩ. Trong phòng ngủ tập thể của các em trai, là những tấm dát giường được hạ xuống trước giờ ngủ, nhiều tấm đã gãy góc hoặc mất hẳn một vài thanh gỗ ở giữa, những tấm chiếu trải vội, vài chiếc chiếu bị xé rách toang, và mùi khai xộc lên từ tấm chăn nào đó dính nước tiểu. Trinh cuộn tấm chăn ẩm nước tiểu đó lại, ném ra cửa, kéo tấm chiếu rách để lộ dát giường gãy, lén chụp lại hình ảnh đó.

- Tại sao không cho các em nằm giường có lót nệm hả thầy? – Trinh chất vấn một thầy giáo trẻ đang cố giữ tay một em tự kỷ chừng hai mươi tuổi, cao lộc ngộc, dễ đến mét tám.

- Ở đây có năm em rất thích tiểu tiện lên nệm và chăn. Cứ thấy nệm, thấy chăn hoặc bất cứ gì bằng vải là em ấy đi tiểu lên đó, nên không thể cho các em nằm nệm được. – Thầy giáo trẻ giải thích.

- Vậy tại sao không cho các em ngủ riêng ra, mà lại để ngủ tập thể thế này? – Trinh hỏi tiếp.

- Các em tự kỷ chỉ thích một mình, làm những việc trái khoáy gây hại, nên ngủ chung là cách để các em hòa nhập cộng đồng. Khi tách riêng, các em rất khó ngủ, nhưng khi ngủ chung phòng, tất cả cùng ngủ, trường năng lượng xuống thấp, các em ngủ dễ hơn. – Thầy giáo lại giải thích, nhưng Trinh cũng không hiểu lắm.

- Tại sao dát giường gãy, chiếu rách mà các thầy cô không thay cái mới? – Trinh chưa buông tha.

- Có hai em chuyên bẻ gãy dát giường, và nhất là vòi nước. Thằng cu Tỏi đó, chỉ trong vòng mươi phút là nó bẻ gãy hết dát giường, giải quyết gọn tất cả vòi nước, bẻ cong các then cửa sắt. Nó là siêu nhân mà – Thầy giáo trẻ kiên nhẫn kể lể – Chúng tôi vẫn luôn thay mới dát giường, mà không kịp với tốc độ bẻ gãy của siêu nhân Tỏi. Đấy là còn khá hơn rồi, hồi mới vào Trung tâm, cu Tỏi còn bẻ gãy cả cổ xe đạp một bánh, tốn tiền không biết bao nhiêu mà kể.

Lấy cớ cần tư liệu thực tế cho nghiên cứu của mình, Trinh còn chất vấn về nhà vệ sinh bừa bộn bẩn thỉu và hôi thối, về nắp bệt bị long, về những em bé chưa kịp tắm, đã trần truồng trốn ra khỏi nhà tắm, về những vết lở loét hoặc vết thương do bị cắn, bị đập trên cơ thể các em, về sự bất trắc từ cậu thanh niên tự kỷ tuổi hai mốt luôn dựng "cậu nhỏ" lên nghịch và lừ lừ tiến lại đám học trò gái…

Thầy giáo trẻ dẫn Trinh đi vài chỗ, chỉ cho cô các em tự kỷ có hành vi cực kỳ lạ lùng, em Sơn cứ nửa tiếng là ỉa vặt, lấy phân trét vào các khe kẽ nào em tìm thấy, bé Tôm là thần trộm điện thoại, ném xuống các hố xí bệt hoặc vũng nước, em Duy chuyên gia ăn muối, em Đô đầu to chuyên đập đầu vào đầu bạn hoặc vào tường, em Tuyến khoái đấm đầu khiến thầy giáo ngủ cùng em phải đội mũ bảo hiểm khi đi ngủ, em Binh chuyên ném đồ, đã ném bảy xe đạp xuống hồ và từng ném ghế trúng đầu một huấn luyện viên, phải đi cấp cứu. Em Tạch từng dùng ghế phang vào đầu một thầy giáo lúc thầy đang ngủ, khiến thầy phải khâu bảy mũi trên trán…

Trinh chỉ biết lắc đầu trước thực trạng lộn nhào trong thế giới của trẻ tự kỷ. Trẻ tự kỷ, chỉ làm những việc chúng muốn, gây hại khôn lường, bất chấp hậu quả và chẳng bao giờ phải chịu trách nhiệm về chính mình. Những thầy cô và huấn luyện viên này, họ ăn ngủ cùng các em 24h/7, trên những tấm dát giường đôi chỗ bị gãy, và những cái chiếu đôi cái rách bươm chưa kịp sửa sang, chưa kịp mua sắm mới, họ có thể bị thương, đổ máu, thậm chí rủi ro mất mạng như chơi khi một em nào đó lên cơn bất thình lình. Điều gì khiến họ đầu tư cả thanh xuân của mình ở đây? Thầy Tuệ Tâm và giám đốc Vũ Đức có thể có vinh quang, nhưng còn những thầy cô và huấn luyện viên trẻ phía sau, họ được gì? Phía sau vinh quang và những chiến thắng huy hoàng của mấy ngôi sao, thành quả của trường, là cuộc sống kinh khủng thế này ư?

Thấy một phụ nữ trạc tứ tuần vừa chạy lại đỡ Đô đầu to bị ngã trong lúc tập đi xe trên đường chạy, nhưng bị thầy giáo nhắc nên tránh ra, để con tự đứng dậy, Trinh bèn đến bắt quen chị ta để dò thêm thông tin. Chị tên Thơm, mẹ của Đô. Mỗi tháng chị được đến thăm con một lần. Chị làm nhân viên văn phòng, lương tháng được tám triệu đồng thì đóng học cho con ở trường đã hết mười triệu. May mà mọi sinh hoạt trong gia đình không đến nỗi nào nhờ vào thu nhập của chồng chị, một cán bộ ngoại giao.

Trinh được bố trí ngủ trong một phòng riêng, có hẳn một chiếc giường với dát giường không bị gãy. Có lẽ đây là một phòng thiết kế riêng cho khách hoặc phụ huynh đến thăm con, suốt ngày khóa cửa im ỉm. Thầy Tuệ Tâm ngủ trên xô pha trong phòng khách, đồng thời là phòng làm việc của thầy, còn giám đốc Vũ Đức cũng nằm ngủ trên dát giường đặt dưới sàn như các trò nam tự kỷ.

Ngày thứ ba ở trường, Trinh đã lén ghi hình được cảnh một cô giáo đe nẹt học trò bằng một cây roi và những tiếng quát dữ dằn. Cô há hốc miệng khi thấy cô giáo vút mạnh cây roi vào mông đứa trẻ khiến nó khóc ré lên.

Không chịu đựng được cảnh đứa trẻ bị đánh thẳng tay, cô ngừng ghi hình, chạy đến giám đốc Vũ Đức mách, thì anh này lại bảo đó là một biện pháp trong trường hợp cần thiết.

- Bố mẹ các con sẽ nghĩ sao nếu biết con họ bị chính thầy cô đánh tại trường? – Trinh thốt hỏi.
- Giáo dục trẻ tự kỷ tuổi dậy thì, cần rất mạnh mẽ. Họ tin tưởng chúng tôi. Cô chưa phải sinh ra một đứa trẻ tự kỷ, cô không hiểu được. Cô mới ở lại đây có vài ngày, cô không hiểu được. Phải đủ yêu thương để tàn nhẫn khi cần.

"Tôi không hiểu" – Trinh bực bội nghĩ – "Và anh cũng không hiểu tôi sẽ làm gì đâu".

Ở lại trường tới ngày thứ năm thì Trinh chợt chú ý đến một sự lạ. Cô Duyên, nữ giáo viên của trường đi chợ về, và sửa soạn một cái bàn dưới gốc cây vải, phía xa đường chạy xe đạp một bánh của các em tự kỷ, bày biện lên đó bánh chưng, đĩa trái cây, lọ hoa, bim bim, bát gạo cắm cây nhang rồi rì rầm khấn vái. Quái lạ, hôm nay đâu phải ngày rằm hay mùng một mà cô Duyên lại làm thế? Trinh lại gần Duyên, hỏi thì được biết hôm đó là bốn mươi chín ngày cu Bim ra đi. Bim là học trò của trường, không may tử vong do lên cơn động kinh. "Vậy là có chuyện rồi đây" – Trinh nghĩ. Cả ngày hôm đó, cứ có cơ hội là Trinh tìm cách hỏi han Duyên về cu Bim. Trinh lờ mờ cảm thấy, mình đã tóm được câu chuyện động trời.

Hết bảy ngày làm việc với tư cách tình nguyện viên tại trường Hoa Xuyến Chi, Trinh từ biệt mọi người trong trường. Vũ Đức còn hỏi, liệu sau khi tốt nghiệp, cô có muốn đến làm việc tại trường hay không. Trinh cười tươi đáp, rằng cô rất muốn điều đó, rồi đưa mắt nhìn đi chỗ khác. Cô chỉ muốn chuồn thật nhanh khỏi nơi này.

Vừa về đến nhà, Trinh lập tức báo tin cho bên thuê mình phơi bày mặt trái của trường Hoa Xuyến Chi. Trinh thấy rõ một vụ nổ lớn, một khủng hoảng truyền thông "không đỡ được", một cơ hội làm ăn cho cô và bên thuê cô. Nhưng không hiểu sao, cô choáng váng cả ba ngày liền, không dám mở laptop viết dòng nào, dù bên thuê liên tục gọi điện cho cô thúc giục cho phát nổ quả bom truyền thông đã gài sẵn. Họ nôn nóng đòi cắt hợp đồng và phạt nếu cô không lập tức bung bài viết ra "đánh" trường Hoa Xuyến Chi.

Cực chẳng đã, Trinh đành bật laptop lên. Cô viết chẳng khó khăn gì. "Đánh đấm" là nghề của cô rồi. Loạt phóng sự với những thực tế từ hình ảnh, đoạn phim, chi tiết không thể chối bỏ mà cô ghi được từ trường Hoa Xuyến Chi, cùng với cái chết ẩn ức của em Bim, đã tạo nên hiệu ứng đảo ngược trong tâm lý bạn đọc. Đang từ thán phục, ngợi ca trường Hoa Xuyến Chi, với phương pháp đào tạo mang lại thành tích kỳ lạ cho trẻ tự kỷ mà người sáng lập trường phát minh ra, dư luận quay ngoắt sang thái độ phẫn nộ, thù ghét, trút giận và đổ lỗi hoàn toàn cho trường này về cái chết của học trò vắn số, về sự tồi tàn không chấp nhận được của cơ sở vật chất, về phương pháp giáo dục có phần dã man, phi khoa học, vv...

Loạt bài của Trinh còn chưa kết thúc, thì một số báo khác cũng nhảy vào cuộc, điều tra và moi móc ra nhiều câu chuyện tệ hại từng xảy ra tại trường, những lời bình luận không có lợi cho trường từ một số nhà khoa học, thậm chí từ một số giáo viên, cộng tác viên cũ của trường. "Đòn hội đồng" phát huy hiệu quả. Chính quyền địa phương phải vào cuộc, kiểm tra đột xuất và lập biên bản những vi phạm điều kiện chăm sóc, giáo dục trẻ tự kỷ của nhà trường, và giám đốc trường Hoa Xuyến Chi buộc phải ký vào Biên bản. "Biên bản đầu hàng" ấy đã được Trinh bí mật moi ra, tiếp tục tung lên truyền thông.

Cú đòn cuối cùng đã phát huy tác dụng. Trước sức ép của dư luận, bên cho thuê địa điểm đơn phương chấm dứt hợp đồng và yêu cầu trường Hoa Xuyến Chi phải dọn ra khỏi địa điểm của họ ngay sau khi nhận văn bản một ngày, không chấp nhận thương lượng hay trì hoãn. Chính quyền cũng rút giấy phép hoạt động của trường Hoa Xuyến Chi, chờ các cơ quan chức năng điều tra làm rõ vụ tử vong của cháu bé từng là học trò của trường.

"Cơn bão lớn" đã chính thức đổ bộ vào trường Hoa Xuyến Chi. Ai cũng chắc mẩm trường bị xóa sổ hoàn toàn, và thanh danh của thầy Tuệ Tâm đã "thiêu rụi trong vòng một nốt nhạc".

Phần V Đại dịch chuyển

Một quyết định đột ngột

– Thầy ơi, làm gì đi chứ! – Không kiềm chế nổi, Duyên bật lên tiếng kêu đầu tiên. Cô không chỉ kêu cho mình, cô kêu cho cả hơn trăm con người, thầy và trò của trường Hoa Xuyến Chi, đang ngậm chặt miệng chờ đợi.

Thế đấy, họ bị chủ cơ sở đuổi khỏi nơi thuê làm trường. Giấy phép hoạt động cũng bị đình chỉ chờ điều tra. Cả xã hội đang rầm rầm lên án họ. Báo chí chính thống đồng loạt đăng bài chỉ ra những sai lầm chết người của họ. Mạng xã hội với biết bao người bức xúc đang ném đá họ cho đến chết, một hội cha mẹ trẻ tự kỷ lên án phương pháp của họ dã man… Cơn thịnh nộ đổ từ trên trời xuống. Họ biết né đi đâu?

Những đứa trẻ tự kỷ tuổi dậy thì này, nếu trả chúng về nhà, chúng sẽ lại lạc lõng trong thế giới của những người thương hại chúng, coi chúng là khuyết tật, là gánh nợ đời, và chúng sẽ lại bị bức bách, vùng lên phá phách, cha mẹ chúng phải tiếp tục trở lại chuỗi ngày vật lộn chiến đấu cùng cực với con trong tuyệt vọng.

Những huấn luyện viên từng là thanh niên càn quấy, đầu gấu, trầm cảm, đồ bỏ đi, rác xã hội ấy liệu có thể làm lại cuộc đời trong môi trường từng kỳ thị họ?

Các thầy cô giáo đang gắn bó và thương yêu các con như con đẻ của mình, và còn hơn thế, lẽ nào phải buông tay?

Họ lặng câm chờ đợi một quyết định của thầy Tuệ Tâm.

Thầy Tuệ Tâm đưa mắt nhìn một lượt đám đông thầy trò nhốn nháo trước mặt. Thầy cân đo những lo lắng sợ hãi của họ một lát. Sự im lặng ngột ngạt thật khó chịu đựng. Thầy hạ giọng:

- Thôi được, chúng ta đi.
- Đi đâu thưa thầy? - Gần như đồng thanh, tất cả cùng lúc hỏi.
- Vũ Đức cho người gọi cả xe khách và xe tải, chúng ta dọn đồ, như một gánh xiếc rong, lên đường thôi.

Vũ Đức yên lặng, cắn môi. Chỉ biết là phải ra đường. Anh ước chừng số người và đồ đạc rồi báo dịch vụ vận chuyển. Đường cùng, bất đắc dĩ, họ sẽ chất hết đồ lên xe tải, lùa hết người lên xe khách rồi đi tới một khu nhà trọ hoặc khách sạn hạng ba nào đó tá túc qua ngày. Cơm ăn nước uống cũng gọi dịch vụ. Tiền dự trữ đủ cho thầy trò sống cả tháng. Cứ ra khỏi nơi này rồi sẽ tính tiếp.

- Vui lên chứ, chúng ta được đi chơi mà! - Thầy Tuệ Tâm nháy mắt với Vũ Đức rồi lướt nhanh qua anh, tới chiếc xe ô tô bảy chỗ có dán thương hiệu cà phê Trung Nguyên mà trợ lý Trung đã ngồi chờ sẵn bên vô-lăng. - Cứ dọn cho xong đi rồi thầy nhắn địa chỉ. Thầy đến đó trước.

Liệu thầy có thể chọn chỗ nào nhỉ? Vũ Đức vừa chỉ huy đám cộng sự tháo dỡ đồ đạc đưa lên xe, tập trung học trò vào một điểm chờ xe khách tới, vừa suy nghĩ nung nấu. Nếu anh là thầy thì sao? Anh sẽ xử lý thế nào? Anh chợt nhớ đến hơn hai mươi chi nhánh của Học viện Hoa Xuyến Chi nằm rải rác ở các tỉnh, thành, họ cũng có thể là một nơi để thầy trò trường Hoa Xuyến Chi trú tạm trong lúc nguy cấp. Dẫu sao, chỉ có trường bị tạm đình chỉ giấy phép hoạt động, còn Học viện thì không bị ảnh hưởng, nên mọi hoạt động của Học viện Hoa Xuyến Chi có thể diễn ra bình thường.

Trung nổ máy xe, nhìn sang thầy Tuệ Tâm có ý dò hỏi địa điểm cần tới. Thầy Tuệ Tâm bảo:

- Tới trang trại Hoa Xuyến Chi!
- Con lạy thầy. Nó ở đâu? – Trung gần như rú lên vui mừng.
- Bên sông Đuống, cứ đi ta sẽ chỉ đường. Không cần cái Google Map đó đâu. - Thầy Tuệ Tâm nói.

Chưa đầy hai mươi phút sau, Trung đã dừng xe trước một cơ sở y tế nằm bên bờ sông Đuống. Biển ngang đặt trên trụ cổng đề hàng chữ "Trung tâm y tế chăm sóc người già neo đơn và trẻ em khó khăn". Bên trong cổng, một lối đi rộng cỏ phủ xanh mát, những lùm xuyến chi hoa trắng mảnh mai háo hức vươn lên chỉ chực xòa rộng chiếm luôn lối đi dường như còn ít người qua lại. Có hai dãy nhà cấp bốn quay mặt vào nhau, đứng song song bên bờ sông, được che kín bởi những cây nhãn chiết có độ cao vừa phải, chỉ đủ che mái nhà. Trải dài từ chân tường nhà xuống mặt nước sông là vạt xuyến chi hoa trắng mơ màng như những vụn mây vừa rớt xuống từ trời.

Hóa ra đây là trang trại Hoa Xuyến Chi, theo cách gọi của thầy Tuệ Tâm. Trung đậu xe dưới tán một cây nhãn cổ đứng gần cổng như một tượng đài xanh hùng vĩ rồi rảo bước cố theo kịp nhịp đi thoăn thoắt quen thuộc của thầy. Hai thầy trò bước vào căn phòng khách ở ngay gian đầu hồi một dãy nhà. Hai nhân viên y tế nữ mặc đồng phục trắng, đội mũ trắng nghiêm ngắn chào họ, rồi một cô rót nước mời hai thầy trò, một cô chạy đi gọi ai đó.

Trung tướng Trần Quỳnh đi cùng một người đàn ông tóc bạc hơn nửa, mái tóc rất dày, thâm thấp người, cái bụng mỡ lòi ra dưới lớp áo phông xanh biển đậm. Trung tướng giới thiệu ông Kiệm, là chủ của "Trung tâm y tế chăm sóc người già neo đơn và trẻ em khó khăn". Ông Kiệm là bạn học thời phổ thông của ông Quỳnh. Là một doanh nhân bất động sản, ông phất lên nhanh chóng bằng việc thu mua những khu nhà máy, nông trường làm ăn không hiệu quả phải giải thể, rồi chuyển dịch thành dự án chung cư, nhà vườn, biệt thự. Kiệm xây dựng Trung tâm này là cách để ông làm từ thiện, đóng góp cho xã hội.

Nhờ ông Quỳnh tác động, ông Kiệm đồng ý cho thầy Tuệ Tâm chuyển các cháu tự kỷ của trường về Trung tâm tá túc một thời gian để "tránh bão". Bị thuyết phục bởi cảnh quan xanh mát bên bờ sông Đuống thanh bình, thầy Tuệ Tâm chợt nảy ra ý định:

- Ông Kiệm này, hiện chúng tôi bị tạm đình chỉ hoạt động nên việc huấn luyện các cháu có thể gặp trở ngại nếu người ta tiếp tục lần theo dấu vết chúng tôi mà bới móc cả nơi này. Do đó, để hợp pháp hóa việc chăm sóc và huấn luyện các cháu tự kỷ, tôi đề nghị ông làm giấy tờ thu nhận các cháu vào Trung tâm. Các giáo viên, huấn luyện viên của chúng tôi được ký hợp đồng làm thuê cho Trung tâm. Tất nhiên mọi chi phí hoạt động vẫn là trường Hoa Xuyến Chi thu xếp. Chúng tôi chỉ mượn giấy phép của Trung tâm để hoạt động cho hợp pháp thôi.

- Theo tôi hiểu là trường Hoa Xuyến Chi vẫn hoạt động ngầm, dưới giấy phép của Trung tâm? Vậy tôi phải đứng ra chịu trách nhiệm cho các vị? Nói dại miệng, nếu có rủi ro, tôi lấy gì bù đắp? Các vị cần đặt cọc để đảm bảo cho sự an toàn của tôi và Trung tâm. – Ông Kiệm nói thẳng.

- Ông cần chúng tôi đặt cọc bao nhiêu? - Thầy Tuệ Tâm hỏi.

- Ba trăm triệu đồng. – Ông Kiệm nói.

- Tôi đồng ý. - Thầy Tuệ Tâm đáp ngay, không chút chù chừ.

Thầy Tuệ Tâm ra hiệu cho Trung trợ lý lại gần, bảo anh làm việc với kế toán Trung tâm để chuyển ba trăm triệu đặt cọc. Trung hiểu là thầy đang cố gắng cứu các học trò bằng việc núp bóng một Trung tâm khác để hoạt động, chấp nhận rủi ro. Không hiểu sao, anh có cảm giác khó chịu khi làm việc này. Ba trăm triệu là số tiền không quá lớn, nhưng cũng không nhỏ. Chỉ có điều, tại sao Kiệm muốn làm việc thiện, mà lại chắc lép kiểu này. Ông ta thiếu gì tiền cơ chứ!

Nhưng anh vẫn đang phải làm cái việc chẳng muốn chút nào. Chuyển tiền cho cái ông được tiếng là đang làm từ thiện cho các trẻ em khó khăn để ông ấy cho các cháu khó khăn được tá túc trong hoạn nạn. Thầy Tuệ Tâm vẫn thường nói câu gì nhỉ? "Cuộc sống không giống như cuộc đời!"

Kiều Bích Hậu 205

Jimmy trở về

– Thưa thầy, bác sĩ Ben găng hỏi về hai ngày chúng ta không gửi thông tin trắc nghiệm tâm sinh của các trò trường Hoa Xuyến Chi sang Pháp. Con có nên trả lời thực rằng chúng ta đã mất giấy phép hoạt động và bị đuổi khỏi nơi thuê, do đó mất hai ngày chuyển học trò sang nơi mới, ổn định trở lại rồi mới tiếp tục đo và gửi số liệu hay không? – Giám đốc Vũ Đức hỏi thầy Tuệ Tâm.

- Anh chỉ cần trả lời đơn giản nhất, là chúng ta bận chuyển địa điểm và ổn định nơi cư trú mới. Những thông tin trục trặc kia, để ta cân nhắc thêm trước khi báo cho Ben. – Thầy Tuệ Tâm đáp.

Và thầy chợt nhớ ra, hôm qua thầy nhận được cuộc gọi bất ngờ của bà ngoại cu Bim, học trò đã đột tử gần hai tháng trước. Bà nhấn đi nhấn lại việc cu Bim đã ra đi trong thời gian đang nội trú tại trường, thầy và ban lãnh đạo nhà trường cần làm gì đó để việc ra đi của cháu không bị tức tưởi. Thầy nghĩ, có lẽ tụi đối thủ đã tìm về gặp bà già, vận động bà chống lại nhà trường. Thầy đã hứa sẽ đến gặp bà nay mai. Tuy nhiên, cũng có thể thầy sẽ gặp bố mẹ Bim trước. Họ từng hứa là không bao giờ kiện cáo hoặc gây khó dễ nhà trường với cái chết của con họ. Nhưng rất có thể họ đã đổi ý kiến sau khi bị tác động của bên thứ ba.

Vũ Đức dợm bước quay ra, thì chợt ngừng lại vì có người xô cửa. Trung ào vào tay dắt một bé trai chừng mười hai tuổi, nét mặt khôi ngô.

- Ồ, Jimmy! – Vũ Đức thốt kêu ngạc nhiên.
- Chào mừng con đã trở lại, siêu nhân Jimmy! – Thầy Tuệ Tâm lách người qua Vũ Đức, lại gần cậu bé và bắt tay cậu trân trọng như bắt tay một yếu nhân, nét mặt thầy bừng lên vui vẻ như một đứa trẻ.

Một người đàn ông trạc tứ tuần, dáng vẻ trí thức với gương mặt điềm tĩnh, đeo cặp da bước theo sau Trung.

- Có gì mới không, ông Tuấn? – Thầy Tuệ Tâm chào người đàn ông, là bố của Jimmy bằng câu hỏi quen thuộc.
- Dạ có, thưa thầy. Sau khi Jimmy được thực hiện cấy ghép tế bào gốc, con đã phát hiện ra một chân lý. Và đó chính là lý do hôm nay em đưa con trở lại trường Hoa Xuyến Chi.
- Chân lý nào? – Thầy Tuệ Tâm nhướng đôi mắt tròn sang hai phía.
- Jimmy, con nói đi – Tuấn quay sang con trai khích lệ.
- Jimmy muốn làm siêu nhân. Chỉ có ở trường Hoa Xuyến Chi, Jimmy mới luyện tập thành siêu nhân được. – Cậu bé nói liến láu, toét miệng cười.
- Thú thật với thầy, sau khi rời trường Hoa Xuyến Chi, lấy lý do là muốn thực hiện cấy ghép tế bào gốc cho Jimmy, nhưng thực ra, sau việc đó, em đã đưa con đi học ở một trường khác, cũng nhận giáo dục riêng cho trẻ đặc biệt. Các thầy cô ở đó rất chiều chuộng

Jimmy, dạy con học chữ, học làm toán, học chơi đàn, chơi thể thao. Nhưng sau hai năm, thì Jimmy quậy dữ. Con bắt đầu trở lại với những cơn cào cấu người khác và đòi trở lại với trường Hoa Xuyến Chi, trở lại với bố Trung. Khi thấy hiện tượng như vậy, em lập tức cho con trở lại đây. Mong thầy va giám đốc Vũ Đức nhận lại con.

- Chúng tôi còn mừng hơn cả anh ấy chứ, khi Jimmy trở lại – Trung nói. Anh ngắm cậu bé thương yêu của mình. Anh đã từng tập làm bố, với Jimmy là con, lần đầu tiên trong đời. Khi cậu bé được bố mẹ đưa đi khỏi trường, anh đã mất ngủ cả tuần. Anh có cảm giác mình thuộc từng sợi lông tơ trên da cậu bé này. Trung hiểu rõ từng chi tiết trong "lịch sử" của Jimmy.

Jimmy được ra đời ở bệnh viện Phụ sản Hà Nội. Mẹ em vỡ ối từ lúc tám giờ sáng, khi đến bệnh viện, bác sỹ chỉ định nằm chờ đẻ thường, đến khoảng bốn giờ chiều mới quyết định cho đẻ mổ nên em phải chờ quá lâu. Có thể đây là nguyên nhân chính của chứng tự kỷ của em. Sau này khi khám và điều trị tại Bệnh viện Châm cứu Trung Ương, GS. Nguyễn Tài Thu nói, bệnh của em là do "tai biến sản khoa".

Sinh ra với thân thể hoàn thiện, nặng ngót bốn cân, vẻ mặt khôi ngô, thân thể khỏe mạnh, nhưng hơn hai tuổi Jimmy vẫn chưa nói được một từ. Lúc đi khám cho em, bố mẹ mới bàng hoàng khi bác sĩ ở bệnh viện Nhi Trung Ương kết luận em bị bệnh tự kỷ. Nhận được tin, gia đình anh Tuấn vô cùng đau khổ, lo lắng cho tương lai của con. Từ đây là cuộc chiến đấu của cả Gia đình với chứng tự kỷ của Jimmy - bệnh không có thuốc đặc trị và rất ít chuyên gia giỏi - thật gian nan, mờ mịt và vô tận. Em đã phải đi điều trị nhiều phương pháp: thở oxy cao áp, châm cứu điện châm, châm cứu cấy chỉ, xoa bóp, bấm huyệt, can thiệp hành vi, luyện nói... và cả các phương pháp tâm linh như gửi lên chùa, đến chữa tại nhà các thầy/cô tâm linh nổi tiếng... Bố mẹ đã đưa em đến nhiều bệnh viện, trường học, trung tâm và nhiều nơi chữa trị khác nhau ở Hà Nội, Hải Dương, Hải Phòng, Quảng Ninh...

Nuôi con tự kỷ là một cuộc chiến thật gian khổ, đòi hỏi bố mẹ, gia đình phải giành và hy sinh cho con nhiều thời gian, sức khỏe, suy nghĩ, tiền của…một cách âm thầm và nhẫn nại; phải chịu đựng cả những vết thương về thể xác, tinh thần và tình cảm, phải "nuốt nước mắt vào trong", trong khi xã hội thường có thái độ cảnh giác, xa lánh, kỳ thị với chứng tăng động và hành vi bất thường của trẻ tự kỷ. Jimmy không nói được, có những lúc lên cơn tấn công cào cấu người khác kể cả bố mẹ, người thân. Em cứ lớn, cứ tăng chiều cao và sức khỏe sinh lý nhưng trí tuệ thì có thể chỉ là đứa trẻ lên ba.

May mắn là Jimmy đã được thầy Tuệ Tâm nhận và giáo dục theo phương pháp huấn luyện trẻ tự kỷ thành tài. Qua một năm học trường Hoa Xuyến Chi, em đã có sự tiến bộ rõ rệt về sức khỏe, hành vi, sự khéo léo trong kỹ năng ba môn phối hợp đi xe đạp, đội chai và tung hứng bóng. Chứng tăng động của em có cải thiện và giảm rõ rệt. Em cười nhiều hơn, vui vẻ hơn.

Theo nguyện vọng của gia đình, sau một năm học trường Hoa Xuyến Chi, Jimmy rời trường để được thực hiện cấy ghép tế bào gốc. Nhưng sau thủ pháp đó, không thấy Jimmy trở lại trường. Mọi người trong trường nghĩ, có thể Jimmy đã tiến bộ hẳn và đã theo học một trường dành cho học sinh bình thường. Còn Trung, anh cũng nguôi ngoai dần nỗi nhớ "con trai" Jimmy.

Giờ đây Jimmy trở lại, đúng lúc trường Hoa Xuyến Chi vừa qua một sự cố, em như một luồng ánh sáng làm bừng lên hy vọng của đội ngũ thầy cô nhà trường. Trung xin với Giám đốc Vũ Đức cho tiếp tục được làm "bố" của Jimmy và trực tiếp huấn luyện em. Chỉ trong một thời gian ngắn Jimmy gần như tiến bộ tăng tốc với bài tập đi xe đạp một bánh. Em đã vừa đi xe đạp vừa tung hứng 5 bóng. Đó là một kì tích khiến các thầy cô trường Hoa Xuyến Chi cũng ngả mũ thán phục. Khi về trường, Jimmy bỏ hẳn việc cào cấu, tấn công người khác, em còn hỗ trợ dắt được các bạn khác cùng đi xe đạp một bánh.

Nếu ai đó thấy mình thiệt thòi, không may mắn, Hãy nhìn Jimmy!

Nếu ai đó thấy mình quá đau khổ. Hãy nhìn Jimmy!

Những cơn đau đớn của bệnh tật cũng như sự mỉa mai giễu cợt của người đời em đều đã trải nghiệm. Nhưng trên hết là sự vô tư, biết nghe lời thầy cô và nỗ lực tập luyện của chính Jimmy đã giúp em đạt được thành tích nhanh chóng.

Và Jimmy đã nhận được rất nhiều yêu thương. Ngoài tình yêu thương của "bố" Trung, thầy Tuệ Tâm và các huấn luyện viên trường Hoa Xuyến Chi, Jim có người bố đẻ vô cùng tuyệt vời, Phó Giáo sư Tuấn là Viện trưởng Viện Quản trị Kinh doanh, Trường Đại học kinh tế, Đại học Quốc gia Hà Nội. Thời gian phải dành cho công việc khá nhiều, nhưng anh vẫn thu xếp thời gian chăm sóc Jimmy theo cách riêng của mình, cho em đi du lịch nhiều nơi như Sa Pa, thăm ngọn núi Fansipan, về quê nội chơi hay đơn giản chỉ là một sáng bình thường hai bố con cùng nhau đi học,… Với anh, khi Jimmy biết ước mơ là anh toại nguyện. Ước mơ làm siêu nhân của Jimmy đã trở thành hiện thực khi em tăng tốc tiến bộ vượt trội với việc luyện tập trong tình yêu thương ở trường Hoa Xuyến Chi.

Sự trở về của Jimmy chính là giấy chứng nhận vô hình mà trường Hoa Xuyến Chi được trao bởi học trò và phụ huynh của trường.

Đại dịch chuyển

Ấn tay thằng nhỏ tám tuổi vào tay con gái lớn, dặn nó trông giữ em, Hạt quày quả chạy ra khỏi ngôi nhà cấp bốn cuối ngõ, tay nắm chặt mấy đồng tiền lẻ. Chị định ra cửa hàng tạp hóa đầu ngõ mua dây sữa cho con dùng bữa sáng.

Chọn loại sữa rẻ tiền nhất, Hạt vừa định xỉa tiền trả thì bà Lợi, chủ cửa hàng đã nhớn nhác chạy ra khỏi quầy tính tiền. Tay trái bà giật dây sữa ra khỏi tay chị, tay phải bà xoay người chị đẩy ra phía cửa. Hạt chưa kịp ngạc nhiên vì hành động bất thường của bà Lợi, thì đã nhìn thấy thằng Đậu đũa con trai chị, cũng bị đẩy cùng chị bật khỏi cửa hàng tạp hóa:

- Đi đi, không mua bán gì hết. Cái đồ dở người!

Thế quái nào mà thằng Đậu đũa lại bám theo chị được. Hạt nhìn con thở dài. Chắc con Bông - chị nó không giữ nổi em. Cái thằng dở người dở ngợm này càng lớn càng khó trông. Nó cứ bám dính vào mẹ như một cái đuôi vừa khó chịu, vừa bất trắc. Không chỉ một lần, chính tại cửa hàng tạp hóa bà Lợi, trong khi Hạt đang trả tiền mua hàng và bà Lợi mải tính tiền, thì bé Đậu đũa tranh thủ phá hoại. Lúc nó gạt đổ vỡ cánh quạt cây, lúc nó đập bể bình cá cảnh, lúc nó mở toang tủ đông lạnh bốc cá ném lên tường...

Những lần thằng con dở người gây thiệt hại, Hạt có muốn đền cũng không đủ tiền đền. Thế nên, bà Lợi đẩy chị ra khỏi cửa khi thấy "cái đuôi bất trắc" xuất hiện cũng phải thôi.

Nhưng không mua sữa, thì lấy gì cho con ăn sáng. Thằng Đậu đũa chỉ uống sữa, ăn bim bim, ngoài ra, dù có banh miệng nó đổ thức ăn khác vào, nó cũng sẽ phì ra bằng hết. Hạt mím môi, nắm chặt tay con, tiến lại cánh cửa đóng chặt, đập mạnh:

- Bà Lợi ơi, nhà cháu giữ chặt thằng bé rồi, bà chỉ cần hé cửa đưa sữa cho cháu thôi.
- Đi đi, đồ mắc dịch xui xẻo. Ta không bao giờ bán cho nhà mày! – Tiếng bà Lợi vóng ra.

Hạt sững lại một vài giây, rồi đành dắt con về nhà. Cục nghẹn chẹn lên họng, vừa tức giận, vừa xấu hổ, xen lẫn cảm giác chán nản khiến Hạt nhìn trân trối vào thằng con trai nhỏ đi bên chị. Nó đang cố gỡ tay chị ra. Bàn tay chị tóm chặt đến bợt trắng cẳng tay con. Chẳng lẽ ông trời đưa thằng con này đến để triệt đường sống của chị!?

Rải một vỏ bao tải dứa vốn đựng phân hóa học xuống bên góc mả ông Sùng gần khu đất ruộng nhà mình, Hạt ấn thằng Đậu đũa ngồi xuống đó, xếp quanh nó một gói bim bim, dây sữa rẻ tiền, hai món chung thân của con trai. Chị xắn quần thật chặt cao trên gối, vun đất thành luống trồng khoai. Dùng vồ đập vỡ những viên đất to cứng đầu còn lại, thỉnh thoảng cúi nhặt những búi cỏ bám keo vào đất, vứt vào một góc ruộng, mồ hôi từ trên đầu lăn xuống thành giọt, chảy xuống mũi, nhỏ tới tấp xuống đất. Mồ hôi tràn cả vào mắt cay cay. Hạt đưa tay lên quệt trán, hai ống tay áo đã ướt đẫm mồ hôi.

Hạt dướn người lên nhòm thằng con, xem nó có ở yên góc mả ông Sùng hay không. Thoáng thấy cái đầu với lớp tóc lơ thơ đỏ như râu ngô của Đậu đũa, chị lại vội cúi xuống làm đất. Phải trồng khoai cho thửa đất này xong, thì lại sang trồng đậu cho thửa đất bên kia. Một mình làm mười sào ruộng. Năm hai vụ lúa, lại múa sang vụ khoai, đỗ, Hạt rạc người đi vì làm một mình. Trong khi đó, vừa làm chị lại vừa phải trông con trai, cái thằng con bị ông trời kết án tự kỷ.

Mà chị biết tự kỷ là cái quái gì đâu. Đang học dở lớp chín thì mẹ ốm nằm viện, chị phải bỏ học để đi chăm sóc mẹ, rồi đi làm thuê ở thành phố Hà Tĩnh để có tiền mua thuốc cho mẹ. Mẹ vừa khỏi bệnh, Hạt vừa tích cóp được hai tháng lương còm, thì bố mẹ gọi giật chị về nhà lấy chồng. Chồng Hạt làm công nhân ở một công ty chăn nuôi, lương không cao nhưng ổn định. Được cái chồng lành, nên Hạt bắt nạt được chồng, lương về bao nhiêu chị vặt bằng hết, chừa lại cho anh đủ tiền đổ xăng và trà nước. Vợ chồng sinh con gái đầu lòng, mãi tám năm sau mới sinh đứa con trai. Mừng như đào được đống vàng, vái trời vái đất, thế là giờ đây, vợ chồng đã yên tâm có nếp có tẻ, chẳng sợ họ hàng làng xóm nói ra nói vào nữa rồi, chỉ lo làm mà nuôi con. Nào ngờ, trời thương mà không thương cho trót. Thằng Đậu đũa càng lớn, chị càng thấy nó hơi khác thường. Nó không chịu ăn dặm, ăn cháo, cơm, không tập nói, chỉ khóc u ơ, mỗi khi gần mẹ thì bấu chặt tím cả thịt. Chị hỏi chồng, anh chỉ bảo nó chậm mà thôi, lo gì. Đậu đũa lên bốn tuổi, càng ù lì hơn, chỉ uống sữa, không nói tròn một tiếng nào. Đôi lúc, con có những cơn cáu giận rất đáng sợ. Hạt bấm bụng đưa con đi bệnh viện khám, bác sĩ ngó chị vẻ thông cảm rồi bảo "con chị bị rối loạn phổ tự kỷ, tăng động". Chị nghe mà ù cả tai, trình độ lớp chín của chị chẳng đủ để hiểu nổi tự kỷ là gì. Bác sĩ khuyên chị cho con ở lại bệnh viện can thiệp. Chị hỏi ngu ngơ "Can thiệp trong một tuần cháu có khỏi không? Nhà em bận lắm, em phải về đi làm mới có tiền chữa cho cháu." Bác sĩ im lặng không nói gì. Chị tưởng ông ấy không nghe rõ câu chị hỏi nên nhắc lại. Bác sĩ nhìn chị thở dài "Đây là bệnh chung thân, thế giới chẳng ai chữa được, chỉ can thiệp giảm nhẹ thôi."

Hạt chỉ còn biết ôm đầu than trời. Chị ôm con về nhà, cố vượt qua cú sốc đó. Chị nói với chồng, chồng cũng chẳng biết gì hơn, bó tay như chị thôi. Anh chỉ biết cun cút đi làm, hết tháng có lương mang về nộp vợ. Ông trời cho anh chị thằng con trai, rồi lại kết án tự kỷ chung thân. Việc của trời thì người xoay sao đặng!

Khổ mấy Hạt cũng chịu được, miễn là thằng con có tương lai. Đôi lúc thấy con ngửa mặt nhìn mẹ cười, Hạt lại le lói hy vọng, vào một điều thần kỳ sẽ đến, con chị sẽ hết bệnh. Nhưng rồi chỉ một cơn điên giận của Đậu đũa nổi lên trong một lần chị dắt con ra chợ, đã làm chị kiệt lực hoàn toàn. Cả chợ chứng kiến cảnh Đậu đũa la hét, lao vào người đi chợ, hay tay phạt ngang vèo vèo như chặt như đẵn cây, tấn công hết người này sang người khác. Nó bị ba người đàn ông tóm chặt giao lại cho chị. Nhưng sau đó cả làng biết bệnh của Đậu đũa, gọi nó là thằng dở người. Những đứa trẻ khác ném đất, đá theo Đậu đũa, những người lắm điều cho rằng kiếp trước Hạt đã hại người nên kiếp này người ta đầu thai vào nhà Hạt, thành thằng Đậu đũa hành hạ Hạt cả đời.

Những lời xì xào của người làng khiến Hạt mất ngủ. Bước ra khỏi ngõ, chị đã nhồn nhột như có ánh mắt của vạn người xiên vào chị. Khốn nỗi Hạt chẳng thể giấu thằng con đi đâu được. Nó là cái đuôi bất trắc dính chặt vào chị. Chị đành mang con đi làm ruộng. Con cứ ở trên bờ, mẹ ở dưới ruộng vần mình trong đất, tay làm đầu nghĩ nhiều đến long cả óc. Làm sao, cách nào cho con tôi khỏi bệnh hỡi trời!

Bỗng có tiếng ùng oàng phía xa nghe như tiếng nổ. Hạt đứng thẳng người lên nhìn về phía làng Đức Lạc, thấy những đụn mây ùn lên từ phía sau làng. Cơn mưa đằng Đông,... Bỗng như có luồng điện từ đất, chạy lên người chị rần rần, cơn đau nhức xương khớp lan từ ngón chân lên cổ chân, lên khớp gối, lên háng... Phải chạy trước khi trời mưa. Hạt bị viêm khớp dạng thấp dăm năm nay nhưng chị vẫn cố chịu đựng. Chỉ cần không được để dính nước mưa. Nước mưa là cưa ông trời. Người viêm khớp dính nước mưa là dính cái chết! Đau đến mức chết còn sướng hơn.

Mà thằng Đậu đũa đâu rồi! Hạt hoảng loạn khi liếc sang góc mả ông Sùng, không thấy mái tóc râu ngô của con trai. Chị nhảo lên bờ ruộng:

- Đậu đũa ơi! Con đâu rồi? – Giọng Hạt thất thanh.

Chị chạy quanh đám mả, chạy khắp khu ruộng bên cạnh, không thấy con. Có lẽ nào thằng bé lao xuống mương? Nỗi sợ mất con át cả cơn đau nhức xương khớp, Hạt liều mình lao xuống khúc mương mà chị linh cảm rằng con trai có thể đã mò xuống đó. Chân chị quờ trên bùn, hụp cả mặt xuống nước, hai tay quờ khắp xung quanh. Không thấy con! Chị trồi lên thở, thấy mây đã vần vũ trên đầu. Mò quanh khúc mương gần bờ ruộng nhà chị nhất, vẫn không thấy con, nước mắt Hạt đã trào ra hòa lẫn nước mương trên má. Chị vừa khóc vừa bám túm cỏ chân rết bò lên khỏi lòng mương. Chị chợt hiểu ra, chị cần Đậu đũa tới mức nào. Thế mà lâu nay, tuyệt vọng vì biết bệnh con không chữa được, tủi hận vì bị người làng thị phi, chị từng thầm ước giá như chị đừng sinh ra Đậu đũa.

Chị thất thểu bước lại ruộng nhà mình, hoảng loạn.

Cái gì thế kia? Mái tóc râu ngô của thằng Đậu đũa, ngay góc ruộng chị. Hạt lao bổ tới. Đậu đũa nhìn chị cười. Chị kéo xốc nó dậy, phát vào mông nó một cái đau điếng! "Mày rúc xó nào mà mẹ gọi không thưa!" Đậu đũa bị đau, tức tối lia tay phạt ngang người mẹ. Cả hai mẹ con cùng khóc.

Hạt đã sai rồi, con chị đâu có biết nói mà thưa khi mẹ gọi.

Có ánh chớp rạch ngang bầu trời kèm theo tiếng sét rung chuyển cả đất. Những giọt mưa giận dữ ném rào rào xuống ruộng, xuống người hai mẹ con. Đất nuốt chửng nước cái xèo, bung lên làn hơi nóng mơ hồ run rẩy. Hạt ôm con chạy về hướng làng Đức Lạc, bỏ lại cả cuốc, vồ, quanh gánh ở ruộng. Nước mưa lạnh từ trời đổ xuống, hơi nóng từ đất hầm hập ngái xịt bốc lên thiêu đốt, hai nguồn năng lượng đối nghịch ập lại nơi thân thể Hạt, kích hoạt cơn đau chết chóc khiến Hạt kiệt sức. Chị muốn khuyu xuống đất, nhưng còn thằng Đậu đũa trên tay, chị phải chạy trốn ông trời. Cơn điên giận của trời trút xuống nhân gian, những lớp nước mưa dội xuống ngay lập tức khiến bụi, đất trên đường thành bùn nhão, trơn nhãy. Hạt bấm ngón chân đau tê dại xuống đường, vẫn trượt ngã. Cằm chị đập lên trán Đậu đũa, nó khóc to hơn, bùn đất nhoe nhoét tràn cả vào miệng con. Hạt ôm con chống tay đứng dậy, chạy tiếp. Nước mắt hòa nước mưa.

Sau trận ngấm nước mưa, Hạt nằm liệt giường. Chị sốt nóng, người đau nhừ tử, trong khớp xương như có vạn con dòi, bọ đục khoét ngày đêm. Hai đầu gối tràn dịch sưng to nhất. Chồng Hạt đành ứng trước công ty một tháng lương, đưa vợ từ Hà Tĩnh lên bệnh viện Bạch Mai ở Hà Nội chữa bệnh. Hạt không có sổ bảo hiểm y tế, bệnh viện đòi chị phải đặt cọc mười triệu đồng mới cho nhập viện. Hai vợ chồng lột hết cả túi mới được hơn sáu triệu đồng. Chồng Hạt phải đặt lại chứng minh nhân dân, ký sổ nợ cho vợ nhập viện, còn anh lập tức bắt xe về Hà Tĩnh vay tiền. Hạt mê sảng trong đau đớn quá mức chịu đựng, chị không thể tự đi lại được, cứ đứng lên là ngã dụi.

Nằm viện điều trị tích cực được nửa tháng, Hạt đã có thể đứng dậy nhúc nhắc đi lại. Chị xin bác sĩ cho về quê. Bác sĩ đồng ý cấp thuốc cho chị điều trị tại nhà, nhưng khuyên chị không nên làm nghề nông nữa. Làm ruộng ngâm nước, ngấm bùn thường xuyên, lại chịu nắng mưa thất thường, rất có hại với người bị bệnh khớp. Nếu không đổi nghề khác, tránh bùn, tránh nước, nhất là nước mưa, thì bệnh khớp của chị sẽ càng nặng thêm.

- Nếu em chuyển nghề khác, không dính bùn, không vã nước mưa, thì có khỏi bệnh không? – Hạt đánh liều hỏi bác sĩ.

- Chỉ đỡ, chứ khỏi thì e hơi khó đấy. Bệnh của chị mãn tính rồi.

- Mãn tính là gì ạ? – Hạt chẳng hiểu nên hỏi lại.

- Là bệnh chung thân đó. Chị phải sống với nó suốt đời!

Lại chung thân! Hạt giơ tay kêu trời. Con trai thì tự kỷ chung thân, mẹ lại đau xương khớp chung thân. Hạt thoáng nghĩ, phải chăng kiếp trước mình là người ác? Phải chăng người làng Đức Lạc nói đúng?

Chị phải làm nghề khác thôi!

Làm nghề gì bây giờ, khi thằng con trai cứ dính nhằng lấy chị?

Chị quyết định gửi con vào trường can thiệp tự kỷ ở Hà Tĩnh, với mức phí năm triệu đồng một tháng. Thế là hết xoẳn suất lương của chồng! Chồng chị nghe chị bàn vậy thì cũng gật. Thậm chí chị đòi anh đưa cái xe máy anh vẫn dùng để đi làm hàng ngày, cho chị dùng đưa con đi học và đi mua gom ve chai dạo, anh cũng ừ. Trong cái rủi có cái may, đó là chị lấy được chồng hiền.

Trường học của Đậu đũa cách nhà hơn ba mươi cây số. Hạt dậy từ bốn giờ sáng, chuẩn bị đồ ăn cho chồng và con gái xong thì lôi con trai dậy đưa đến trường. Vượt quãng đường xa, đưa con tới trường xong, Hạt chạy xe vào các làng ngoại ô thu mua ve chai về bán cho cơ sở đồng nát. Chị cần căng não nghĩ cách làm sao mỗi ngày phải kiếm được ít nhất năm mươi ngàn đồng đổ bình xăng, dư ra một chút mới có tiền mua thức ăn cho mình, cho con. Buổi chiều, sau xe chất cồng kềnh ve chai, phía trước là thằng con tự kỷ, Hạt chạy xe về cơ sở đồng nát đổ những thứ chị gom được trong ngày cho họ, nhận tiền, rồi mới chở con về nhà. Chẳng hôm nào chị được về nhà trước tám giờ tối. Lại một vòng xoay dọn nhà, nấu nướng, giặt giũ, tắm rửa cho con, nên bữa tối của chị, nếu có, cũng không thể trước nửa đêm.

Dù vất vả, nhưng Hạt có chút hy vọng, khi cô giáo khen Đậu đũa có tiến bộ. Con không chọc phá bạn trong lớp, con đã chịu ăn chút cơm, con không ném vỡ đồ, bớt lia tay chặt chém người khác...

Nhưng Đậu đũa chỉ ngoan ở lớp thôi, lúc về nhà nó vẫn phá phách, chọc con Bông - chị nó đến phát khóc. Hạt vừa làm việc nhà, vừa phải giữ con, oải không để đâu cho hết. Chị hy vọng đó, rồi lại tuyệt vọng, tâm trạng trồi sụt chẳng khác gì sóng bể.

Hôm nay Hạt gom được gần gấp đôi ve chai so với thường ngày. Chị may mắn được một người dọn nhà gọi vào, cho chị tất cả những thứ họ không dùng tới, chỉ cần chị dọn đi cho sạch. Người này còn ân cần hỏi han hoàn cảnh, tỏ ra thông cảm và mách chị một trường nội trú cho trẻ tự kỷ. Hóa ra, con gái người đó cũng bị tự kỷ, và đang học tại ngôi trường có tên "Hoa Xuyến Chi". Người phụ nữ đồng cảnh khuyên Hạt, phải gửi con nội trú, thì mình mới rảnh tay đi làm kiếm tiền được. Tối về còn có thể có được giấc ngủ an yên. Chứ cứ như Hạt, chạy đi chạy lại đưa đón con rạc người, liệu chịu đựng được bao lâu!? Quả vậy, mới qua ba tháng cho con đi học mà Hạt rạc người đi như con vạc, chị chỉ còn vỏn vẹn 35 cân.

Hạt chạy xe chầm chậm, ve chai chất cao hơn người. Đúng lúc ấy thì sấm chớp, mây đen vần vũ kéo tới. Thôi chết cha bây! Mưa tới nơi rồi. Mới nghĩ tới đó mà các khớp xương trong người Hạt lại cục cựa, cơn đau xối lập tức nổi lên. Tránh vào đâu bây giờ? Chẳng có một nhà nào ven đường. Nhà quản trang cũng không. Con đường liên xã đầy ổ trâu ổ voi, mưa xối xuống lập tức thành vùng trũng khó lường. Hạt muốn đi nhanh, nhưng đường trơn, xe chở nặng cồng kềnh, loạng choạng chực đổ. Chị dừng xe, mặc áo mưa, trùm lên người con. Thằng Đậu đũa thấy vướng tầm nhìn, tay lại lia ngang khiến chị rất khó lái xe.

- Ngồi im! - Hạt quát con.

Miệng Hạt liên tục quát con, nhưng Đậu đũa vẫn vùng vằng. Mưa như ném đá lạnh lên mặt chị rát rạt. Cơn đau từng khớp xương tổng lực xối lên tận óc. Hạt xây xẩm mặt mày. Gió mạnh lật ngược tấm áo mưa, cuốn lên mặt chị khiến chị chẳng nhìn thấy đường, chưa kịp phanh xe thì đã lao hập xuống vũng nước. Cả người, xe, ve chai ngập trong vũng nước bùn.

Hạt vùng dậy, lóp ngóp kéo con ra khỏi vũng nước. Để con đứng rệ đường, chị lội xuống vũng dựng xe lên, nhưng cái xe nặng quá. Chị kéo, đẩy hết sức, xương sống bệnh tật của chị không chịu nổi, lên cơn đau rút rồi khục xuống. Chị ngã ngất bên rìa vũng nước.

Tiếng ú ớ của Đậu đũa khiến chị tỉnh lại. Không biết chị ngất đi bao lâu. Nước mưa vẫn xối xuống người hai mẹ con. Hạt vuốt nước trên mặt, nước mắt chan cùng nước mưa. Chị nhìn cái xe máy nằm trong vũng nước. Có lẽ phải tháo mấy cái bao ve chai ra thì mới đẩy được nó lên khỏi vũng. Chị sẽ cố sức đẩy nó lên bằng được, với cái lưng đau này, hoặc chị sẽ chết luôn ở đây. Nếu như ông trời muốn thế.

Hạt lẩy bẩy tháo bao ve chai khỏi xe máy. Bác sĩ bảo chị phải thôi làm nghề nông, chị đã bỏ nghề nông. Bác sĩ bảo chị không được để người ngấm nước mưa, chị cố tránh mưa, nhưng ông trời không chịu. Ông ấy bắt chị phải chịu cơn đau chung thân này. Người chị rét run, lẩy bẩy.

Dựng xe máy lên bằng chút hơi tàn cuối cùng, Hạt đặt thằng con ngồi lên xe, nổ máy. Nhưng máy xe tắt ngấm. Hạt ra sức đề, đạp, khởi động máy nhưng cái xe không hoạt động.

Chị sẽ lấy đâu ra sức mà đẩy cái xe này về nhà? Quãng đường hai chục cây số nữa!

Ông trời hành chị còn chưa đủ hay sao! Chị đã khóc cạn nước mắt, khóc cùng trời, nước mắt chẳng nhiều bằng nước mưa, nhưng nước mưa sao mặn bằng nước mắt. Nếu ông trời biết khóc, thì nước mưa đã mặn. Nếu ông trời biết thương, thì sao cứ nhằm lúc chị đi trên đường mà mưa xối? Ông trời muốn mẹ con chị phải chết ư?

Đừng hòng!

Hạt ngửa mặt cất tiếng gọi trời. "Trời hỡi! Nếu không giết được tôi trận này, ông phải giúp tôi! Nếu thực có ông trên trời!"

Cơn giận dữ chợt nổi lên, át cả cơn đau xương cùng cực, át cả nỗi kiệt lực. Hạt vùng dậy, xốc thằng Đậu đũa lên, ôm con chạy dưới trời mưa.

Bán cái xe máy cũ được hơn năm triệu đồng, Hạt khăn gói ôm thằng Đậu đũa bỏ làng Đức Lạc ra đi. Chị không nói với chồng là chị đi đâu. Chị chỉ dặn lại là đi tìm nơi chữa bệnh cho Đậu đũa, anh ở nhà coi sóc con gái lớn. Nếu Hạt không chữa được bệnh cho con, chị sẽ không trở về làng. Hạt chẳng thiết tha gì ở làng ấy nữa, toàn những người ác miệng, ác tâm. Thấy mẹ con chị là đóng sập cửa. Đằng sau lưng chị thì đồn ác, rằng chị chỉ còn cách mang thằng con sang nước láng giềng mà bán tạng nuôi thân, chứ chạy chữa cùng trời cũng chẳng nổi.

Hạt ngơ ngác dắt con tới ngôi trường "Hoa Xuyến Chi". Một lần nữa chị hy vọng, dè dặt nói mong muốn của mình với anh bảo vệ ở cổng trường. Người bảo vệ dẫn chị tới gặp thầy Tuệ Tâm – người sáng lập trường đồng thời là Chủ tịch Hội đồng trường. Chị khá ngạc nhiên, sao gặp Chủ tịch trường quá dễ. Chị càng ngạc nhiên hơn khi chạm mặt thầy Tuệ Tâm. Chị cứ ngỡ Chủ tịch phải là một ông trung niên mặc đồ tây sang trọng, đeo cravat ngồi bên bàn máy tính. Nhưng thầy Tuệ Tâm lại là một ông già tóc luống bạc, râu cũng bạc, giản dị trong bộ đồ nâu kiểu áo nhà chùa. Vừa nhìn thấy chị, thầy đã cất "giọng Nghệ" gần gũi, thân thuộc chào chị khiến chị bỗng an lòng đến lạ. Làm sao chị mới chỉ hỏi người bảo vệ, mà thầy đã biết chị ở Hà Tĩnh tới?

Nghe chị kể lể chưa đầy ba phút, thầy Tuệ Tâm đã bảo luôn: "Mi định đi làm giúp việc lấy tiền nuôi con, mà choa thì đang thiếu người nấu bếp. Như ri cho tiện, mi ở lại trường làm cấp dưỡng, choa sẽ trả lương đủ nuôi hai mệ con mi."

Hạt như rơi tõm vào một thế giới cổ tích. Cứ như thầy Tuệ Tâm đọc được mong muốn thầm kín của chị, mà đáp ứng ngay lập tức. Dễ dàng như cô Lọ Lem vừa mở một hạt dẻ!

Chị chỉ có thể biết chắp hai tay lại, cảm ơn thầy. Có lẽ ông trời cuối cùng đã thấu tiếng gọi của chị.

Và rồi chuyện thần kỳ cứ tuần tự diễn ra. Phương pháp cân bằng động (thiền rung lắc) của thầy Tuệ Tâm áp dụng cho Đậu đũa tỏ ra phù hợp. Sau ba tháng, con đã bập bẹ nói được vài từ, đã tự vệ sinh cá nhân, biết ăn cơm đúng bữa cùng các bạn, đã biết đi xe đạp thành thục và còn giúp bạn mới tập đi xe đạp.

Thầy Tuệ Tâm nói: "Con mi không bị bệnh chi hết. Con mi chỉ khác người thôi."

Chưa ai nói điều kỳ diệu đó với Hạt. Trước kia, bác sĩ từng nói con chị bị bệnh chung thân cơ đấy! Thầy Tuệ Tâm đã tặng cho Hạt món quà vô giá. Sự tự tin dần được khơi dậy trong Hạt. Nhưng chị vẫn chưa dám gọi điện về cho chồng ở làng.

Con trai Hạt tiến bộ theo tháng. Còn Hạt tiến bộ theo tuần. Ngoài thời gian nấu bếp, Hạt giúp các thầy cô huấn luyện các con tự kỷ tập những bài đơn giản như xúc cơm, rửa mặt, tắm, gội, lau nhà, đi xe đạp, chơi bóng... Vất vả cùng cực đã quen, nên mọi việc làm ở trường này, với Hạt, cứ nhẹ như lông hồng. Chị làm bất cứ việc gì ở đây, không nề hà, với tất cả tâm sức và lòng biết ơn. Sau mỗi một thành công của chị, chị lại được giám đốc Vũ Đức thăng chức, tăng lương. Chị hạnh phúc vô vàn khi giờ đây được các con gọi là cô Hạt, thậm chí có phụ huynh đến thăm con cũng gọi chị là cô giáo Hạt. Từ một nông dân lam lũ, có đứa con tật bệnh, bị người làng khinh rẻ, giờ đây Hạt được những phụ huynh ăn trắng mặc trơn trân trọng gọi chị là cô giáo, chỉ vì chị chăm sóc con họ tận tình, luyện cho con họ biết nói sõi những câu ngắn. Chị như bay trên mây. Đây quả là một cuộc đại dịch chuyển. Tinh thần thoải mái hơn hẳn, lại được ăn uống đủ chất, làm việc nghỉ ngơi điều độ, không phải dầm nước mưa, Hạt lên cân, người đầy đặn, bệnh đau xương khớp cũng tự dần hết, chị không phải dùng thuốc nữa.

Chị đã nhìn thấy một con đường, một tương lai, cho mình, cho con, ở trường Hoa Xuyến Chi này. Đậu đũa đã tiến bộ, biết gọi mẹ, chào mẹ mỗi khi chị đi mua thực phẩm về trường.

Bước xuống xe buýt, vai đeo ba lô, tay xách cái xe đạp một bánh, tay giữ Đậu đũa, Hạt đưa mắt nhìn hút con đường nhỏ phía bên tay phải chị, dẫn về thôn Đức Lạc. Thốt nhiên, chị thấy tim mình đập rộn. Đã hai năm qua, mẹ con chị chưa về nhà sau lần tuyệt vọng bỏ làng đi, và bị dân làng đồn là mất tích. Đi xa lâu ngày, lúc về làng thấy thành như người lạ. Cơn gió mang hơi nước bỗng tấp vào người chị, thổi tung vạt váy vải bông in hoa tím nhạt, làm nổi rõ thân thể căng đầy sức xuân của Hạt, kéo chị ra khỏi tâm trạng bâng khuâng. Làn gió ẩm ướt này, mùi trời ong ổng này nhắc nhở chị về những cơn mưa ám ảnh trong quá khứ. Hạt vội nhấc cái xe đạp, định kéo Đậu đũa chạy về nhà trước trời mưa, thì Đậu đũa kêu lên:

- Con đi xe. Con đi xe cơ.

Hạt đành buông tay. Đậu đũa nhảy lên xe đạp một bánh, hai chân guồng nhanh, hai tay dang ra đón gió trời. Hình ảnh con in đậm trong không gian đang dần sầm lại, như cánh chuồn chuồn tự do bay lượn, đi đón cơn mưa. Hạt chạy đuổi theo con, lòng vui đến lạ. Họ sắp về nhà, ngẩng cao đầu đón gió trời lồng lộng, tiếng cười vui thích của Đậu đũa vang xa.

- Đậu đũa ơi, nhanh lên! – Hạt hét vang.

Mưa đã ào ạt tạt vào người Hạt khi mẹ con chị về đến đầu ngõ nhỏ. Tấm váy bông ngấm nhanh nước mưa, dính sát người chị, nhưng Hạt không mảy may lo lắng.

- Mẹ con nhà nó vào đây trú tạm đã – tiếng bà Lợi, chủ cửa hàng tạp hóa vang lên.

Bà vừa dứt lời, tránh vào khung cửa thì Đậu đũa đã đạp xe vèo vào trong cửa hàng. Bà Lợi há hốc miệng nhìn thằng nhỏ, vừa quen vừa lạ, đang đi xe đạp một bánh như nghệ sĩ xiếc, lượn vòng quanh các kệ bày hàng mà không làm rơi bất cứ món hàng nào, không xô đổ bất cứ thùng đồ nào trên lối đi.

- Ơ hay, phải mẹ con Đậu đũa không? – Bà Lợi e dè nhìn người phụ nữ có mái tóc uốn lọn xinh đẹp, tấm váy bông ướt càng tôn dáng thon lẳn thành thị, đang đứng gần bà.
- Vâng, bà không nhận ra cháu à? – Người phụ nữ vuốt nước mưa trên mặt, nở nụ cười tự tin.
- Tổ cha bây! – Bà Lợi thốt lên – Mẹ con bây đẹp nõn ra như đi tây về, làm sao tau nhận ra nổi.
- Cháu chào bà ạ. Cháu chúc bà mạnh khoẻ! – Đậu đũa dừng đạp xe, tay bám vào góc quầy, vẫn ngồi yên cân bằng trên chiếc xe đạp chỉ có một bánh, cất tiếng chào bà Lợi, miệng toét cười, ánh mắt nhìn bà chăm chú.

Bà Lợi không đáp, tròn mắt ngạc nhiên. Chao ôi, phải chăng đây là thằng dở người mà bà từng xua đuổi như đuổi tà trước kia, mỗi khi nó lẻn vào cửa hàng của bà? Bà có nằm mơ không nhỉ?

Bà tự cấu vào đùi mình rõ đau. Bà không mơ rồi. Thế thì cơn mưa vừa sầm sập kéo đến đây, hẳn đã thay trời đổi đất, mới có thể làm ra điều kỳ lạ này, ngay trước mặt bà như ri.

Hạt xoay người nhìn dòng nước mưa thi nhau trút từ mái tôn xuống, mỉm cười. Cơn mưa đón mẹ con chị về làng. Mưa may mắn, mưa lộc lá, trong chị tràn ngập sự biết ơn.

- Mẹ nó tránh vào trong này khỏi ngấm nước mưa – Bà Lợi đon đả mời – Bị khớp dính mưa thì chết khổ!
- Bà không phải lo. Cháu khỏi tiệt bệnh rồi! – Hạt quay lại nhìn bà, đáp, ánh mắt chị lấp lánh vui.

Nghe thế, bà Lợi lại bần thần. Ai chứ con mẹ Hạt xưa thì bà biết quá rõ. Chỉ cần trở trời đã đau bò lê bò càng, chồng nó phải chạy ra nhà bà hỏi thuốc giảm đau. Thế mà nay, nó còn dầm dầm nước mưa, lại cười tươi thế kia, thì chỉ có được trời thương, trời cứu mà thôi.

- Kỳ lạ thật – Bà tiến lại, nắm cánh tay Hạt, như muốn nhìn thật kỹ lần nữa, xem có đúng là Hạt hay không, rồi lẩm bẩm – Mừng cho mẹ con mi. Được ông trời cứu cả mẹ lẫn con!

Ông trời ư? Hạt quay lại nhìn bà Lợi. Làm sao bà ấy có thể biết, một ông trời mặc áo màu nâu?

Người vợ quỷ ám

Cảm giác như đang bị theo dõi, Ban rời mắt khỏi tập giáo trình, nhìn lên, bắt gặp ánh mắt chòng chọc của người phụ nữ ngồi ở bàn trên cùng dãy bàn trong giảng đường Đại học Tài chính Ngân hàng. Thấy Ban ngẩng nhìn, chị ta không những không tránh ánh mắt của cô, mà còn cười rồi đứng lên, tiến lại gần Ban:

- Chào em, tên gì nhỉ? Xinh gái quá, chị ngắm mãi không thỏa. Tên chị là Xuân. - Chị ta liến thoắng.

- Em là Ban – cô miễn cưỡng đáp.

- Này em, học xong đi cà phê với chị nhé. – Xuân cúi thấp sát vai Ban - Chị gọi em trai chị đi cùng. Em trai chị sáng láng lắm. Em đi với nó thì thực là một cặp đôi hoàn hảo!

- Ơ kìa, chị Xuân lạ nhỉ - Ban sửng sốt trước lời đề nghị táo tợn của Xuân – Em không đi được đâu. Em bận, với lại, em cũng chưa nghĩ đến chuyện có bạn trai. Em phải học xong cao học đã.

- Em bao nhiêu tuổi rồi nhỉ? – Xuân tiếp tục tấn công.

- Em 23 tuổi chị ạ. – Ban đáp, hơi khó chịu.

- Tuổi này lấy chồng vừa đẹp. Em trai chị là giảng viên Đại học Xây dựng, hơn em sáu tuổi.

Chị ta cứ thế sồn sồn nói lấn át, bất kể cảm giác của Ban ra sao. Những hôm sau, Xuân tiếp tục mời Ban đi cà phê. Từ chối vài lần, thì Ban thấy cũng bất tiện, chẳng gì thì chị ta cũng học cùng lớp cao học với Ban, hầu như ngày nào cũng gặp nhau, mà từ chối mãi thì e chị ta cho mình là chảnh chọt quá mức. Nghĩ thế, Ban tặc lưỡi, cứ nhận lời đi cà phê với Xuân một lần thôi, còn cái chuyện mai mối của chị ta, Ban sẽ lờ đi là được.

Nào ngờ, khi Ban tới quán cà phê Ngọc Linh gần trường nơi cô học chương trình cao học, thì gặp Xuân và một người đàn ông trông giông giống Xuân đã ngồi chờ sẵn. Xuân niềm nở giới thiệu Trường, em trai chị với Ban. Trường chủ động giơ tay bắt tay Ban, nhưng anh ta nắm tay hơi lâu và ánh mắt nhìn cô xoay xoáy như cân đong từng lạng. Ban ngại ngùng rút bàn tay mình ra khỏi tay Trường.

Trường dáng cao ráo, nhưng hơi gù. Cặp mắt nhỏ thụt sâu trong hốc mắt, lại được ngụy trang kín đáo bằng cặp mày sâu róm nên rất khó "đọc" anh ta qua ánh mắt. Ban không thấy có mấy thiện cảm với người đàn ông này, từ cái nhìn thoáng qua ban đầu. Hơn nữa, Trường lại nói hơi nhiều, anh nhanh chóng thể hiện bản thân bằng một màn độc thoại. Bố anh là một vị Cục trưởng, mẹ là Trưởng phòng một cơ quan Bộ, chị gái đang học cao học với Ban, em trai nghiên cứu sinh ở nước ngoài. Bản thân Trường đã có học vị Tiến sĩ, và đang giảng dạy tại trường đại học. Anh có nhà riêng, nhưng vẫn sống cùng bố mẹ trong một căn nhà sáu tầng mặt phố,...

Rồi thế quái nào mà chừng ba tháng sau, Ban thấy mình chặc lưỡi nhận lời đi chơi với Trường. Rồi chặc lưỡi cái nữa cô đã nhận lời cầu hôn của anh. Bố mẹ và anh ruột Ban khá sững sờ trước quyết định đột ngột của cô. Nhưng rồi thấy Trường nhà cao cửa rộng, tương lai sáng láng, bố quan chức nên cũng chặc lưỡi theo cô. Quyền lực cộng thêm sức mạnh kinh tế quả có sức cuốn hút mạnh, làm mờ đi những nhận thức khe khẽ, sâu thẳm bên trong Ban cùng người nhà cô.

Cưới linh đình, xong đâu đấy Ban ở cùng bố mẹ chồng. Buổi sáng đầu tiên thức dậy ở nhà chồng, Ban được Trường thông báo rành mạch:

- Nhà này không có lệ ra ngoài ăn sáng. Em dậy sớm nấu bữa sáng cho cả nhà rồi hãy đi làm.

Không chỉ có việc đó, còn việc giặt tay toàn bộ quần áo cho cả gia đình sau bữa tối cũng là việc của cô dâu mới. Phải giặt tay nhé, nhà có máy giặt nhưng chỉ để giặt đồ mùa đông và vỏ chăn. Buổi trưa về nhà, ăn cơm xong thì Ban phải tranh thủ quét dọn và lau nhà. Mẹ chồng sẽ đi chợ mua nguyên liệu, việc nấu ăn ba bữa là do Ban đảm nhiệm. Tiền lương hàng tháng mang về nộp cho chồng, chồng sẽ chừa lại một khoản cho Ban tiêu vặt, còn lại nhập với tiền lương chồng và nộp hết cho mẹ chồng cai quản... Ban hơi choáng với bản thông báo của chồng, nhưng rồi cô ngại ngần, nên lại chặc lưỡi chấp nhận.

Đang được chiều chuộng như công chúa trong gia đình bố mẹ đẻ, không phải động tay chân vào việc nhà, nay Ban rơi thơm vào một cuộc đời khác, nơi cô phải làm việc quần quật để phục vụ chồng và bố mẹ chồng trong sinh hoạt hàng ngày, mà họ vẫn luôn không hài lòng về cách nấu nướng hay bất cứ việc gì cô làm. Trong lúc ấy, cô vẫn đang học cao học, tuần ba buổi học ban tối. Mười giờ đêm mới về đến nhà, nhìn "núi" quần áo cần giặt tay mà cô bật khóc. Nhưng qua phút yếu lòng, Ban gạt nước mắt, chăm chú giặt quần áo, vừa giặt vừa tự thôi miên, "Mình thích giặt quần áo, không việc gì mình không làm được. Mình sẽ có con và mọi việc sẽ tốt đẹp thôi. Mọi người sẽ yêu quý mình."

Ban dính bầu ngay tháng thứ hai về nhà chồng. Cô ốm nghén, khó ăn, hay nôn và chóng mặt. Ban đi khám, bác sĩ bảo cô bị trầm cảm thai nghén, cần nghỉ ngơi và đi chơi những nơi thoáng đãng, thư giãn vui vẻ. Ban mang kết luận của bác sĩ về đưa chồng. Trường thản nhiên bảo, toàn chuyện vớ vẩn, ngày xưa các cụ nhà này đẻ cả dăm bảy con mà có ai cần nghỉ ngơi tĩnh dưỡng ngày nào! Ban xin được thuê người giúp việc nhà trong thời gian cô mang thai, Trường từ chối.

Một hôm, Ban xách giỏ quần áo vừa giặt xong lên sân thượng phơi thì trượt chân ngã cầu thang. Cô bị ra máu, dọa sảy thai, bác sĩ chỉ định nằm viện ba ngày theo dõi, và cô có ba ngày được nghỉ ngơi thực sự. Phụ nữ khác có bầu thì lên cân, nhưng Ban sụt cân và ức chế triền miên. Cô muốn xua đi những suy nghĩ u tối, nhưng mỗi khi làm việc kiệt sức, thì những điều u ám cứ trở lại trong đầu, khiến bọc nước mắt cô gói kỹ bên trong, chỉ chực bục vỡ, ào ra.

Trường đón Ban ở bệnh viện về, chở cô ra hàng phở. Quả thực từ hồi lấy Trường tới giờ là bốn tháng, Ban không được ăn phở, cô thèm lắm. Cô cắm cúi ăn, ngon toát mồ hôi. Ban ngẩng lên lấy giấy ăn lau khắp mặt, thừ người ra thở. Cô đang định cúi xuống ăn tiếp thì Trường đột ngột bảo:

- Đi về!
- Nhưng em chưa ăn xong – Ban kêu lên.
- Về! – Trường cương quyết kéo Ban đứng lên. – Tôi không muốn cô ngồi đây ăn mà tranh thủ liếc giai bàn bên cạnh. Đồ đĩ!

Ban choáng váng, không tin nổi những gì Trường vừa rít lên khe khẽ bên tai cô. Cô đờ người ra và không biết chồng đã đưa cô về nhà bằng cách nào. Vẫn biết chồng hay ghen, nhưng ghen đến mức ấy thì quá thể! Ban mải ăn, nào kịp nhìn sang bàn bên có những ai.

Chiều hôm sau, lúc Trường đi vắng, Ban liền dắt xe máy ra khỏi nhà, mang ba cái váy đi nới rộng vòng bụng ở một tiệm may gần đó. Được hít thở chút không khí bên ngoài, Ban thấy nhẹ nhõm hơn. Cô hy vọng khi sinh con xong, vì tình yêu thương với đứa con bé bỏng, chồng cô sẽ bớt ghen tuông và nới lỏng kiểm soát, để cô có thể lại được giao du với bạn bè, với gia đình bố mẹ đẻ.

Lúc Ban trở về nhà, thì Trường đã đứng sẵn ngay cửa nhà chờ cô. Anh nhìn kỹ đầu xe cô rồi hất hàm:

- Em đi đâu?
- Em đến tiệm may Tuyên đầu phố sửa mấy cái váy thôi mà.

Bốp! Bốp!

Hai cái tát nảy đom đóm mắt. Ban chửi người đi. Cô không hiểu chuyện gì đang xảy ra. Có thực cô vừa nhận hai cái tát thẳng tay của chồng.

- Đồ bất nhân, tại sao anh đánh tôi?!
- Dối trá! Cô vừa đi gặp thằng nào về hả. Nhìn công tơ mét xe tôi biết.

Ban còn chẳng biết công tơ mét xe chỉ số bao nhiêu, vậy mà chồng cô đã soi từng số. Quá khủng khiếp. Ban chết lặng, trân trân nhìn cái đầu xe, nước mắt nhòe đi, cô không nhìn rõ.

- Cô còn khóc à? – Trường lôi vợ vào nhà, tránh ánh mắt tò mò của người hàng xóm vừa đi tới gần – đàn bà thì phải có tướng vượng phu ích tử. Đằng này thì cô chỉ mang tới vận xui từ hôm cô về đây. Tôi đã ghi chép lại hết những chuyện không may tôi gặp phải từ khi lấy cô. Nếu hết năm nay mà tôi không lên chức Trưởng Khoa, bố tôi không lên Thứ trưởng, thì là tại cô!

Cái gì chứ! Ban ôm đầu, không muốn nghe tiếp những điều điên khùng mà người đàn ông đang là chồng cô gắn lên từng tiếng xói óc cô. Anh ta, một trí thức hẳn hoi đấy, tại sao lại có thứ niềm tin quỷ ám như vậy? Cô phải chịu trách nhiệm với con đường công danh sự nghiệp của anh ta, và của cả bố anh ta nữa hởi trời? Áp lực sống ở nhà chồng càng ngày càng nặng nề. Ban đánh mất nụ cười từ lúc nào cô cũng chẳng hay. Có những lúc cô định tự tử, nhưng sau đó ngạc nhiên với chính mình. Vì lẽ gì cô phải làm vậy? Cô cần tập trung sinh con đã, đứa con là điều ý nghĩa nhất mà cô có, là chiến thắng của cô trong cuộc hôn nhân khốn nạn này.

Cô sẽ cắn răng chịu đựng, sẽ sinh con và hai mẹ con cô sẽ chống lại tất cả những bất công này. Con sẽ cho cô thêm sức mạnh để chiến đấu.

Ban sinh con gái, đặt tên Thi, bé nặng có 2,2 kg. Thật trớ trêu, bé Thi phát triển không bình thường, hay quấy khóc, không nói năng, chỉ cào cấu và dứt tóc người bế bé. Mẹ chồng không chịu được, mặc kệ cho Ban tự chăm sóc, bế ẵm đứa nhỏ khó chịu ngày đêm. Ban cho con đi bệnh viện khám nhiều lần nhưng mỗi lần bác sĩ lại đưa ra những nhận định khác nhau, thường họ cho rằng bé rối loạn thần kinh. Cho đến khi bé được một tuổi thì bác sĩ kết luận nó tự kỷ. Thế là chồng Ban quy kết cô là người vợ quỷ ám, chỉ mang lại xui xẻo cho gia đình anh ta. Trường rượu chè nhiều hơn, nhưng vẫn kiểm soát vợ, gắn camera trong nhà để theo dõi vợ khi anh đi vắng.

Một đêm say rượu về, anh ta lấy cớ Ban không nghe máy điện thoại lúc anh ta gọi để chửi rủa cô. Quy kết là vợ mải gọi điện cho giai, Trường tát cô và dúi đầu cô vào tường. Mặc cho vợ khóc, anh ta gọi điện cho anh ruột vợ, bảo anh này đến đón em gái về, nhà anh ta không chứa chấp loại vợ quỷ ám như Ban. Anh ruột Ban đến, nhìn cảnh ấy, bảo em gái, tại sao em phải chịu ở địa ngục trần gian này, tại sao em chấp nhận sống với một kẻ hạ đẳng? Anh ruột đưa Ban trở về nhà bố mẹ đẻ.

Suốt đời Ban sẽ không quên buổi sáng đầu tiên thức dậy trong nhà mẹ đẻ cô, sau hơn một năm cô sống ở nhà chồng, với người chồng hủ lậu và bệnh hoạn ấy. Một cảm giác tự do, ấm áp, được chiều chuộng khiến từng lỗ chân lông Ban nở ra háo hức hít thở. Nhưng cũng ngay lúc ấy, Ban bật khóc vì thương thân. Chính cô không hiểu tại sao mình lại nén chịu đựng như con giun con dế dưới sự chà đạp vô lối của người chồng vũ phu. Hình như cô đã đánh mất chính mình, hoặc cô bị anh ta thôi miên đến mê lú, chỉ biết khóc nén, chịu đựng mà thôi.

- Về nhà mình rồi sao còn khóc? – Ông Thinh – bố Ban chựng lại bên cửa phòng con gái, hỏi với giọng thương cảm.
- Con ngu quá, bố ơi! – Ban nghẹn ngào. – Bố không thể tưởng tượng được hơn năm qua con sống thế nào đâu. Con đã cố giấu cả nhà chuyện này.
- Bố mừng là con đã trở về. Thực ra bố cũng có lỗi một phần. Cứ tưởng cái nhà ấy trí thức. Hóa ra một lũ bất nhân. Mà thôi, quan trọng là bây giờ lo cho con Thi.
- Lo thế nào được hả bố? Nó bị tự kỷ, mà bệnh này đâu có chữa được! – Ban lại bật khóc.
- Chính con cũng đang tự kỷ đó. Con lo chạy chữa cho mình đi. Tại sao lúc gia đình bên đó giở mặt, con không báo cho bố mẹ? Chúng ta đã chết đâu? Chỉ cần một cuộc điện thoại thôi thì đâu đến nỗi. Chúng ta sẽ đón con về nhà, dưỡng thai, sống cho ra con người thì mới đẻ ra con người được chứ… - Ông Thinh nghẹn ngào. Thình lình, ông quay người đi như chạy khỏi phòng con gái.

Vào ngày thứ tư sau khi Ban được đón về nhà bố mẹ đẻ, chồng cô gọi điện cho cô. Nhìn thấy số điện thoại của Trường, Ban sợ rúm người, tới mức cô run rẩy tắt ngóm điện thoại đi. Quãng đời bị hành hạ cả thể xác và tinh thần là ám ảnh quá khủng khiếp, khiến cô choáng váng mất hết tinh thần khi có bất cứ gì gợi lại quãng thời gian đó. Ban đã nghĩ rằng, sự bạo hành của Trường cùng thái độ kẻ cả, bất nhã của những người trong gia đình chồng đối với cô khiến cô trầm cảm trong suốt quá trình mang thai chính là nguyên nhân khiến bé Thi sinh ra bất thường. Gương mặt bé nhăn nhó đau đớn, đôi mắt có con ngươi lệch lạc, cái miệng luôn há ra chảy dãi và răng mọc xiên xẹo. Khuôn mặt bé bất chấp mọi quy chuẩn của cái đẹp, trở nên đặc biệt dị thường. Với khuôn mặt ấy, người ta thường tỏ hai thái độ, hoặc tò mò nhìn ngắm trong day dứt, hoặc quay ngay đi vì khó chịu đựng. Điển hình là chồng Ban và những người trong gia đình chồng, họ chỉ nhìn bé Thi đúng một lần rồi tuyệt không ngó ngàng đến bé nữa. Bé trở thành vết nhọ trên mặt họ mỗi khi họ nghĩ đến bé.

Sau khi nghe lời khuyên của bác sĩ tâm lý, Ban không giữ những uất ức trong lòng nữa, mà thổ lộ hết với bố mẹ, anh trai, chị dâu, bạn thân về những gì đã xảy ra với cô trong thời gian ở nhà chồng. Ai nấy đều mong cô li dị, đó là cách tốt nhất để giải thoát chính mình và dành thời gian chữa trị cho bé Thi. Nhận được sự đồng thuận đó, Ban có đủ sức mạnh để chủ động gọi điện cho Trường.

- Chúng ta li dị đi, để giải thoát cho tôi và để anh cùng gia đình anh không phải ám ảnh về vận xui mà tôi mang đến nữa. – Tôi đã chuẩn bị sẵn đơn ly hôn. Anh chỉ cần ký thôi.

- Cô đã hủy hoại đời tôi, bôi nhọ dòng họ nhà tôi với việc sinh ra đứa con quỷ ám. Cô có biết người ta xì xào sau lưng tôi những gì về con bé hay không? "Đời cha ăn mặn, đời con khát nước!". Không đúng, nó như thế là do cô, không phải do tôi. Cô phải đền bù cho thanh danh của tôi và gia đình. Cô chưa làm được gì cả, mà bây giờ tiếp tục bôi nhọ tôi bằng việc ly dị ư? Nhiều đời nay gia đình tôi chưa từng ai phải li dị, mà nay tôi là thằng đó. Không thể nào! Cô phải chết cùng con bé quỷ ám đó, hoặc cô phải đền bù cho tôi và gia đình tôi vì những gì cô gây nên. - Trường càng nói càng khó nghe, những tiếng cuối như tiếng rít của kẻ quá giận mất khôn.

- Khốn nạn! – Ban như nghẹt thở, tim cô đập dồn như muốn phá tung ngực, máu dồn lên mặt – Tôi sẽ không nói chuyện với anh nữa. Luật sư của tôi sẽ làm việc với anh.

Khi luật sư của Ban tiếp xúc với Trường, anh ta đòi Ban phải ký cùng anh ta một văn bản đồng ý góp căn nhà riêng mà chồng Ban đã mua trong thời gian trước khi cưới vợ làm vốn góp trong một doanh nghiệp kinh doanh sinh vật cảnh. Bằng văn bản này, Ban sẽ không được chia phần giá trị một nửa căn nhà, do nó đã bị góp vốn vào doanh nghiệp kia rồi. Cô phải cùng con ra đi khỏi nhà chồng mà không được mang đi một chút tài sản, hoặc tiền mặt nào. Với khoản tiền hơn một năm đóng góp toàn bộ lương của Ban, chồng cô nói rằng đã chi tiêu hết cho sinh hoạt gia đình. Sự tính toán ma mãnh, keo kiệt của Trường khiến Ban sởn gai ốc. Nhưng rồi cô chấp nhận tất cả và ký đơn, miễn làm sao thoát khỏi cuộc hôn nhân với con quỷ đội lốt người ấy. Nghĩ về tương lai, Ban quyết định sẽ không bao giờ kết hôn với bất cứ người đàn ông nào nữa. Không để bị cám dỗ. Cô đã chẳng thể tiêu hóa nổi một gã đàn ông như thế, lấy hơi sức đâu bập vào một gã nào nữa!

Cô tập trung vào việc giảng dạy tại trường Đại học, trong lúc vừa đưa con đi chữa trị tại một bệnh viện gần nhà. Cô cũng làm thêm việc bán trái cây nhập khẩu online để có kinh phí trang trải sinh hoạt và chữa bệnh cho bé Thi. Bé Thi đã biết đi, tuy nhiên mọi sinh hoạt đều cần người khác giúp đỡ. Bé vẫn thình lình giật tóc mẹ đau điếng cả khi bé lên cơn hờn giận hoặc khi muốn "âu yếm" mẹ theo cách của mình. Biết bao vất vả mà hai mẹ con đã trải qua, nhưng với Ban, vẫn không so sánh được với nỗi khổ nhục cô từng trải qua khi còn ở với Trường và gia đình anh ta. Sau ba năm ly hôn, Ban đã quyết định mua một căn hộ trả góp và tách ra khỏi gia đình bố mẹ đẻ. Việc kinh doanh online của cô ngày càng phát triển. Ban say mê làm việc, kiếm tiền rất giỏi, cuộc sống của hai mẹ con đã ổn định hơn khi cô thuê được một chị giúp việc tốt bụng. Nỗi trăn trở lớn nhất đối với Ban vẫn chỉ là bé Thi. Bây giờ cô còn trẻ khỏe, còn kiếm được tiền nuôi con, chạy chữa cho con, nhưng khi cô già đi, thì tương lai của Thi ra sao? Điều đó vẫn còn mù mịt quá. Cô mơ ước một ngày sẽ tìm ra được nơi nào đó thật sự phù hợp để con gái cô có thể sống lâu dài mà không cần có cô.

Thế rồi vụ xì căng đan của trường Hoa Xuyến Chi đã thu hút sự chú ý của Ban. Trái với những phê phán mà báo chí tập trung quy kết cho nhà trường, Ban lại gắng tìm hiểu thông tin rộng hơn, xa hơn về thời gian hoạt động trước kia của trường và hiểu ra về một cộng đồng trẻ tự kỷ được phát triển tự thân, dựa trên chính năng lực của trẻ. Ban nghĩ, cho dù nhà trường có bị đóng cửa, thì cô nhất định phải gặp thầy Tuệ Tâm, để ít nhất xem thầy có thể tư vấn cho cô về trường hợp bé Thi, và con đường đời cho bé.

Thật may mắn cho Ban, khi trong quá trình đi tìm thầy Tuệ Tâm, cô phát hiện ra trường Hoa Xuyến Chi không bị giải tán, mà chỉ "tạm ẩn" tại một trung tâm từ thiện xã hội bên dòng sông Đuống, cách Hà Nội không xa. Cô đã quyết định gửi gắm bé Thi cho thầy Tuệ Tâm và nhà trường. Sau đó, cô xây dựng một kế hoạch mới cho cuộc đời mình. Ban sẽ vẫn là mẹ đơn thân, nhưng sẽ sinh thêm đứa con thứ hai trong vòng hai năm tới. Cô tin rằng mình đủ năng lực để sinh ra đứa con khỏe mạnh, và nó sẽ là chỗ dựa cho cô và chị gái nó trong tương lai. Suốt đời này, cô có thể thu xếp một cuộc sống tốt đẹp và bình yên cho mình, mà không cần có người đàn ông nào làm chồng. Đơn giản là cô loại từ "lấy chồng" ra khỏi từ điển sống của mình.

Ban nhớ mãi lời thầy Tuệ Tâm khi cô rời đi "Chúng tôi biết ơn chị đã tin tưởng gửi gắm bé Thi cho chúng tôi."

Ban đã rất ngạc nhiên khi nghe thầy nói thế. Lẽ ra, cô mới là người phải biết ơn thầy đã nhận bé Thi vào trường, để bé có thể phát triển tốt nhất trong cộng đồng của mình. Suy nghĩ mãi trên suốt con đường trở về nhà, cuối cùng thì Ban đã hiểu ra, chính cô cũng cần biết ơn con gái mình. Bé đã cho cô sức mạnh để vượt ra khỏi cuộc sống quỷ ám ấy, để tự định đoạt cuộc đời mình.

Từ chuyện thành truyện

– Thế nào, cô nhà báo can đảm, những bài viết ngược dòng của cô sao rồi? – Thầy Tuệ Tâm ngồi bên cối đá lật úp như thường lệ, uống trà xanh, và hỏi Bạch Cúc, lúc này cũng ngồi trên một cối đá đối diện thầy, dưới tán một cây nhãn trong khu tạm trú ven sông Đuống của trường Hoa Xuyến Chi.

- Thưa thầy, em thấy hơi nản rồi. Một tiếng nói lẻ loi của em cất lên, bênh vực nhà trường trong cơn bão truyền thông chống lại trường, chẳng thu hút được ai. Những báo lớn, có uy tín thì từ chối đăng bài, chỉ có vài trang mạng nhỏ của tư nhân đăng lên, chẳng ích gì, chỉ vài người đọc được. – Bạch Cúc trả lời, hơn so vai lại trước luồng gió lạnh từ sông Đuống thổi tới. Cũng sắp tết nhất đến nơi rồi, cô nghĩ và cuốn thêm một vòng khăn len quanh cổ, mắt nhìn về phía tụi trẻ đang phơi phới đạp xe dưới tán cây. Trông chúng chẳng có vẻ gì là sợ lạnh cả.

- Tôi cần cô cho một nhiệm vụ thách thức hơn, đó là sáng tác truyện ngắn từ những câu chuyện thật về các VIP, những em tự kỷ đang theo học trường Hoa Xuyến Chi. Văn học có tác động bền vững hơn, sức sống mãnh liệt hơn. Và hơn nữa, nó giúp ngòi bút của cô thoát khỏi rào cản của định kiến tạm thời về trường Hoa Xuyến Chi.

- Thầy thật là tinh quái! – Bạch Cúc thốt lên – Nhưng sáng tác thể loại truyện ngắn đâu có đơn giản.

- Cô là một cây viết phù thủy. Tôi tin cô sẽ xử lý được thể tài này. Chất liệu sống ngồn ngộn, kịch tính cao, cùng một dòng tư tưởng xuyên suốt. Quá đỉnh cho truyện ngắn. Vô cùng lãng phí nếu cô không tóm được cơ hội này.

- Thôi được, em sẽ thử xem.

- Không thử, làm thật luôn đi! – Thầy Tuệ Tâm đặt chén trà xuống, giơ hai tay lên cao, lòng tay hướng về phía Bạch Cúc. Cô cũng giơ hai tay, đập mạnh vào tay ông, dấu hiệu quyết tâm cao. Thực sự, nếu không muốn "cỗ máy" này xay thành cám, thì cô phải luôn tăng tốc và vượt qua giới hạn của chính mình.

Vừa lúc đó, Trung tiến lại nơi hai thầy trò ngồi, báo cáo:

- Thưa thầy, bên "Trung tâm y tế chăm sóc người già neo đơn và trẻ em khó khăn" của bác Kiệm báo rằng họ muốn lắp thêm các camera ở khu vực luyện tập kỹ năng cho các em và trong phòng họp của nhà trường. Thầy đồng ý không ạ?

- Hỏi giám đốc Vũ Đức nhé. – Thầy Tuệ Tâm nói và phẩy tay. – Chỉ còn một tháng nữa là tết rồi, nhắc giám đốc về sự kiện tổ chức cho các em gói bánh chưng nhé. Và thầy cũng muốn tổ chức một cuộc họp trực tuyến với bác sĩ Ben. Chúng ta cần xem xét đánh giá của ông ấy về sự phát triển của các em kể từ khi chuyển về Trung tâm này. Nhất là nhóm các em được phân công chăm sóc người già và nhóm các em tự quản.

Ông Kiệm tỏ ra khá cởi mở với thầy Tuệ Tâm và trường Hoa Xuyến Chi sau khi nhận khoản đặt cọc 300 triệu đồng từ nhà trường. Việc thu chi của trường đã chuyển sang cho Trung tâm của ông quản lý, lương của giáo viên, huấn luyện viên cũng do Trung tâm chi trả. Ông Kiệm dần cảm thấy việc dính dáng đến nhóm tự kỷ này khá thú vị. Ít ra thì Trung tâm của ông có những hoạt động vui vẻ hơn. Lũ trẻ tíu tít tập luyện ngoài trời khiến cho Trung tâm như được thổi một luồng sinh khí mới trẻ trung và nhiều hy vọng, át hẳn không khí buồn tẻ đơn điệu và có xu hướng lụi tàn trước kia khi chỉ có nhóm những người già bệnh tật ăn ở với nhau và được nhóm điều dưỡng viên uể oải coi sóc.

Ông Kiệm còn đồng ý để các em tự kỷ của trường Hoa Xuyến Chi thực tập việc chăm sóc người già bệnh tật tại Trung tâm, theo mô hình tam giác kim cương "Trẻ tự kỷ – người già neo đơn, người cần phục hồi chức năng – trẻ đặc biệt" của thầy Tuệ Tâm. Ông cũng cử các điều dưỡng viên của mình sang hỗ trợ trường Hoa Xuyến Chi trong việc huấn luyện học trò tự kỷ, và họ cũng được tham gia các buổi họp chuyên môn của trường.

Hai bên phối hợp khá ăn ý với nhau. Giám đốc Vũ Đức cũng hài lòng với hình thức núp bóng này. Dạo này, số lượng học trò mới nhập trường lại còn tăng lên, do phụ huynh của các em mách cho những người cùng hoàn cảnh đưa con đến xin học. Ông Kiệm đắc ý bảo với thầy Tuệ Tâm rằng, "đất lành chim đậu", thầy cứ chăm lo phát triển chuyên môn, còn việc đối nội đối ngoại thì do ông Kiệm lo. Trung tâm sẽ là vỏ bọc tốt nhất cho trường trong hoàn cảnh nhà trường chưa có người đủ điều kiện bằng cấp cao trong lĩnh vực giáo dục trẻ tự kỷ để có thể đủ cơ sở pháp lý đứng ra thành lập trường.

Về việc thành lập trường một cách chính thức, có phụ huynh nêu ý kiến, rằng trong số cả ngàn học trò khắp các tỉnh, thành trong cả nước của thầy Tuệ Tâm, không khó để kiếm người có đủ bằng cấp chuyên môn cao về giáo dục trẻ tự kỷ, tại sao thầy không dùng họ để hợp pháp hóa giấy tờ của nhà trường. Thầy Tuệ Tâm chỉ im lặng trước gợi ý này. Mà một khi thầy đã im lặng, thì khó ai có thể găng hỏi thầy cho ra lẽ. Hẳn thầy đang toan tính một hướng đi khác hoàn toàn.

Cú đánh úp của số phận

Trung tắt máy xe, mở cửa nhảy xuống. Tay anh đã cầm sẵn chùm chìa khóa để mở cánh cổng vào trường Hoa Xuyến Chi. Anh chợt sựng lại ngay trước chuỗi xích to tổ bố. Khóa đã bị thay! Ai thay khóa cổng trường trong vòng ba ngày Tết thế này? Trung nâng ổ khóa to màu đen ngoằng cứng vào sợi xích lên xem xét. Trưa hôm ba mươi Tết, anh là người khóa cổng để về quê, và đó là cái khóa đồng lên nước vàng óng, không phải ổ khóa đen này.

- Sao thế? – Tiếng thầy Tuệ Tâm vang lên ngay sau gáy Trung.
- Dạ, có ai đó thay khóa rồi, con không mở được cổng vào trường. – Trung đáp.

Trung gọi điện cho anh bảo vệ trường, anh này nói rằng ngày mai mùng Ba Tết mình mới lên trường, anh ta không biết gì về việc thay khóa. Trung điện thoại tiếp cho ông Kiệm, người sáng lập "Trung tâm y tế chăm sóc người già neo đơn và trẻ em khó khăn", nơi mà trường Hoa Xuyến Chi đang tạm ẩn chờ thời. Trung hơi áy náy vì trong ba ngày Tết anh đã không nhắn tin hoặc điện thoại chúc tết ông ấy.

Kiệm nghe điện thoại ngay sau tiếng tút thứ nhất. Giọng ông xởi lởi cứ như gặp người thân:

- Chào Trung. Cháu ăn Tết vui chứ?

- Cháu cảm ơn bác ạ. Nhà cháu ở quê mọi người về cả nên ăn Tết rất vui. Bác ơi, ai thay ổ khóa cổng vào trường thế ạ? Cháu không mở được.
- Cháu về đi. Ngày mùng Năm Tết bác mới mở trường đón các cháu nhỏ trở lại. Cháu chưa nghe ai nói gì sao?
- Dạ chưa ạ? Có việc gì thế hả bác?
- Bác quyết định rằng từ nay bác sẽ điều hành trường. Mà cũng không có trường nào nữa. Thực ra nó là Trung tâm. Ra Tết bác sẽ ký hợp đồng với mọi người, nếu đồng ý làm việc cho bác.
- Ý của bác là? – Trung hơi choáng, hỏi lại ông Kiệm.
- Thực ra thời gian qua, bác để cho thầy Tuệ Tâm giấu trường trong Trung tâm. Nhưng sau một thời gian, bác quyết định rằng thầy Tuệ Tâm phải ra đi, ông ấy không đủ điều kiện để điều hành trường. Ông ấy nên làm việc khác. Còn các cháu nhỏ tự kỷ đó, bác đã thống nhất với phụ huynh các cháu rồi, sẽ ở lại Trung tâm của bác.

Trung nghẹn đắng họng, anh không biết nói gì với ông Kiệm lúc này.

- Ông ta nói gì thế? – Thầy Tuệ Tâm sốt ruột hỏi.
- Ông ta cướp trắng trường Hoa Xuyến Chi của chúng ta rồi! – Trung thốt lên. – Từ nay ông Kiệm sẽ điều hành mọi việc. Các cháu nhỏ sẽ vẫn đến đây, nhưng chúng ta thì không.
- Sao không ai nói gì với ta cả! Gọi điện cho Vũ Đức! – Thầy Tuệ Tâm nói.

Vũ Đức cũng không biết gì hơn. Nhưng khi Trung gọi điện cho các thầy cô giáo và huấn luyện viên khác, thì anh được biết, họ đều đã nhận được điện thoại của ông Kiệm, thuyết phục họ tiếp tục làm việc cho Trung tâm của ông, tiếp tục dạy và huấn luyện cho các cháu như trước, chỉ có điều, họ cần nghe chỉ đạo của ông Kiệm, chứ không phải thầy Tuệ Tâm hay Vũ Đức nữa. Các giảng viên và huấn luyện viên cho biết, họ chưa thông báo gì với thầy Tuệ Tâm, vì kiêng ba ngày Tết, họ chờ đến chiều ngày mùng Ba lên trường gặp thầy như đã hẹn trong lịch nghỉ Tết, thì sẽ thưa chuyện với thầy sau.

Thầy Tuệ Tâm phẩy tay, vậy là rõ rồi. Lão Kiệm quyết định đánh úp, giật trường Hoa Xuyến Chi về tay mình.

Tình ngay lý gian, những tháng ngày qua, tất cả thầy trò họ đã làm việc dưới cái bóng của Trung tâm, và bây giờ thì Trung tâm nuốt chửng họ. Hóa ra tháng trước Tết, ông Kiệm cho người lắp nhiều camera ở khu vực huấn luyện và họp hành của họ, là để ghi lại những cách thức thầy Tuệ Tâm điều hành và giảng dạy, ghi lại "công nghệ huấn luyện trẻ tự kỷ thành tài" của thầy. Lão Kiệm đã bài binh bố trận sẵn cả rồi, chờ dịp mọi người về nghỉ Tết để thâu tóm ngôi trường về tay mình.

Thầy Tuệ Tâm bảo Trung đánh xe chở thầy về nhà. Trên đường, thầy gọi điện cho Vũ Đức, yêu cầu anh liên lạc với các phụ huynh để dò ý họ. Nửa tiếng sau, Vũ Đức cho biết, các phụ huynh trả lời nước đôi, rằng họ vẫn đưa con đi học tại trường như đã hẹn. Họ không thể để con ở nhà sau Tết dù với bất cứ lý do nào. Họ cần đi làm. Và con họ cần được quản lý tập trung, bởi trường, hay Trung tâm thì cũng thế thôi. Vũ Đức tỏ ra rất lo lắng. Anh hỏi thầy Tuệ Tâm cách giải quyết vấn đề. Thầy đáp gọn:

- Hiện tại, cứ để phụ huynh đưa con họ lên Trung tâm

Thiền viện Hoa Xuyến Chi

- Lão Kiệm đã cướp trắng trường Hoa Xuyến Chi của chúng ta cả hai tháng nay rồi, mà chúng ta cứ để yên thế sao hả thầy? - Giám đốc Vũ Đức tức tối đi đi lại lại trong văn phòng mà ba thầy trò thuê tạm làm địa điểm giao dịch của Học viện – Bác sĩ Ben cũng liên tục giục chúng ta gửi tiếp dữ liệu nghiên cứu, chúng ta không thể trì hoãn mãi như thế này.

Thầy Tuệ Tâm không trả lời Vũ Đức mà quay sang Trung hỏi:

- Cậu Trung nghĩ sao?
- Con thấy cuộc sống này thật thú vị, nó chơi khăm và luôn đánh úp con người. Nó đòi hỏi ta luôn động não để thay đổi, sáng tạo. Nó không cho ta được yên ổn.
- Ổn định nghĩa là chết! - Thầy Tuệ Tâm nói – Ta chưa bao giờ trông mong sự ổn định.

Quay về phía Vũ Đức, thầy Tuệ Tâm nói:

- Với bác sĩ Ben, chúng ta hãy kết nối ông ấy với lão Kiệm. Một tháng qua đi rồi, Kiệm không thấy chúng ta phản ứng, cũng không lôi học trò khỏi tay lão, thì phần nhiều là lão sẽ bớt đề phòng và chịu hợp tác cung cấp dữ liệu những ngày tiếp theo của các cháu cho Ben. Cậu hãy làm nhiệm vụ khó khăn này nhé.

Vũ Đức mím môi, im lặng. Bất thần thầy Tuệ Tâm tung nắm đấm trúng ngực anh. Vũ Đức loạng choạng.

- Cậu tỉnh ra chưa? Nếu không biết ơn những biến cố, cuộc đời sẽ nện cậu dập mặt hết lần này tới lần khác! Chuyển hóa năng lượng đi.

Vũ Đức lùi lại, dạ một tiếng nhỏ, trong đầu anh loang loáng những hình ảnh về kế hoạch sắp tới phải hành động. Đúng vậy, thầy Tuệ Tâm đã rèn những học trò của mình bài học từ rất sớm, đó là chuyển hóa nỗi tức giận và những cảm xúc tiêu cực nói chung thành hành động sung sức tiến tới mục tiêu.

Để Vũ Đức lại văn phòng giải quyết nhiệm vụ với bác sĩ Ben, thầy trò Tuệ Tâm và Trung đánh xe ra vùng ngoại ô, hướng tới vùng núi xứ Mường tỉnh Hòa Bình. Suốt trên đường đi, thầy Tuệ Tâm ngủ gà ngủ gật. Thầy rất giỏi ngủ trên xe và là người thực hành cực tốt công thức ngủ 5 phút ở bất cứ đâu để cho cơ thể được nghỉ ngơi và lấy lại năng lượng. Với cách ngủ 5 phút, có thể nằm, có thể ngồi đều thực hiện được và giúp thầy khỏe khoắn cả 24 tiếng đồng hồ mà có thể không cần đến giấc ngủ dài ban đêm.

Khi xe vừa chớm vào đường Tây Tiến, thầy Tuệ Tâm bừng tỉnh, ngồi nhỏm dậy, chớp mắt và vui thú ngắm cảnh quan hai bên đường. Tới bến phà bên lòng hồ thủy điện Hòa Bình, họ gửi xe rồi mua vé lên phà.

- Ta đi đâu đây, thưa thầy? – Trung hỏi nhưng mắt lại thích thú ngắm nhìn mặt nước lòng hồ xanh đậm như màu mực Cửu Long trong tiết trời ong ỏng hơi nước của cơn mưa giao mùa vừa ngớt.

- Cậu có biết nơi nào đang lãng phí không gian bậc nhất không? - Thầy Tuệ Tâm lại trả lời bằng một câu hỏi.
- Con tuyệt đối chưa nghĩ ra – Trung trả lời qua loa rồi mắt lại đắm đuối xuống mặt nước hồ long lanh như ngọc.
- Đó là những ngôi chùa. Nhà chùa có sân gạch rất rộng nhưng chỉ dành cho vài sự kiện trong năm. Ngoài ra thì bỏ trống cho lá rụng đầy, thực ra là để các sư sãi quét lá, vận động thân thể sau những giờ tụng kinh.
- Ý của thầy là…
- Chúng ta sẽ tới một ngôi chùa trên đảo lớn nhất ở đây, và thành lập Thiền viện Hoa Xuyến Chi. Chúng ta kết hợp với nhà chùa để các em nhỏ tự kỷ có nơi sinh sống và tập luyện trong lành, tinh khiết nhất.

Trung sững lại một giây, rồi anh chợt bật cười:

- Giống những cô gái thất tình rồi lên chùa ở!

Họ rời phà, bước lên mép nước rồi theo các bậc đá kè gập ghềnh lên dần đỉnh đảo Cù Lần. Thỉnh thoảng trên gờ đá chênh vênh, họ bắt gặp những người phụ nữ Mường ngồi bên những giỏ nan tươi đan thưa nhốt cua suối, hoặc rổ ốc đá, túm phong lan,… bán cho khách lên vãn cảnh chùa.

Quả nhiên, sân chùa Phúc Lạc lát gạch vuông rất rộng, xung quanh trồng cây bồ đề, thoáng đãng mát mẻ, là nơi lý tưởng cho các cháu tự kỷ tập đi xe đạp và tung hứng bóng. Trung hít một hơi thật dài làn hương thơm ngát thật lạ, nó như được hòa giữa mùi hương hoa huệ tây, hơi nước mưa, và mùi nhang thơm nhè nhẹ.

- Nơi đây, chúng ta sẽ tạo lập một cộng đồng thiền động cho trẻ tự kỷ. Nơi đây chúng ta sẽ viết những cuốn sách tặng cuộc đời. Những ô tạp và luật lệ bất nhẫn ngoài đời sẽ không chạm vào chúng ta được nữa. Chỉ còn tình yêu thương cổ xưa và sự chia sẻ bất tận với nhau trong một BỘ LẠC đúng nghĩa.

Tiếng thầy Tuệ Tâm hòa vào tiếng gió vi vút trong không gian rộng. Tiếng của thầy, hay tiếng cây, tiếng nước, tiếng gió, và tiếng nắng?

About the Author

Kiều Bích Hậu – Sinh năm 1972 tại Hưng Yên, Việt Nam.

Phụ trách website Tạp chí Nhà văn và Cuộc sống, Hội nhà văn Việt Nam.

Giám đốc truyền thông công ty dược SaVipharm Tiến sĩ danh dự - Học Viện Prodigy Life (Mỹ) về văn chương và nghiên cứu văn hóa

Là nhà văn, nhà thơ, dịch giả, đại diện văn học. Hội viên Hội nhà văn Việt Nam. Là Biên tập viên tạp chí Neuma (Romania), tạp chí Humanity (Nga), Đại diện tại Việt Nam của Tạp chí Prodigy (Mỹ), Đại sứ NXB Ukiyoto Canada tại Việt Nam. Đã xuất bản 25 đầu sách riêng tại Việt Nam, Ý, Hungary, Mỹ, Romania và

Canada. In chung 5 đầu sách tại: Đức, Canada, Nga, Hy Lạp, Romania.

Giành 9 giải thưởng văn học trong nước và quốc tế.

www.ingramcontent.com/pod-product-compliance
Lightning Source LLC
LaVergne TN
LVHW091633070526
838199LV00044B/1043